SÁCH NẤU MẦU TUYỆT VỜI

Làm sống lại đĩa ăn của bạn thông qua 100 công thức làm rau mầm thơm ngon

Dung Diệp

MỤC LỤC

5

GIỚI THIỆU

Chào mừng bạn đến với "Sách Nấu Mầu Tuyệt Vời", một kiệt tác ẩm thực được tạo ra để tiếp thêm sinh lực cho trải nghiệm ăn uống của bạn với thế giới rau mầm sống động và bổ dưỡng. Trong những trang tiếp theo, chúng tôi mời bạn khám phá 100 công thức nấu rau mầm thơm ngon và đa dạng, không chỉ kích thích vị giác của bạn mà còn xác định lại cách bạn nghĩ về việc ăn uống lành mạnh.

Rau mầm, thường bị đánh giá thấp về tiềm năng ẩm thực, là nguồn dinh dưỡng dồi dào sức sống và hương vị. Từ vị giòn giòn của giá đỗ cho đến những sợi cỏ linh lăng mỏng manh, mỗi loại đều mang đến hương vị độc đáo riêng. Cuốn sách nấu ăn này tôn vinh tính linh hoạt đáng chú ý của rau mầm, chứng minh cách chúng có thể biến những bữa ăn bình thường thành những cuộc phiêu lưu ẩm thực đặc biệt.

Khi bạn bắt đầu cuộc hành trình qua sách dạy nấu ăn của chúng tôi, hãy chuẩn bị khám phá những kết cấu mới, thưởng thức hương vị đậm đà và chứng kiến tác động đáng chú ý của rau mầm đối với sức khỏe tổng thể của bạn. Cho dù bạn là một đầu bếp dày dạn kinh nghiệm hay một người mới vào bếp, những công thức nấu ăn này đều được tạo ra để truyền cảm hứng, giáo dục và nâng cao kỹ năng nấu nướng của bạn.

Hãy để " Sách Nấu Mầu Tuyệt Vời " đồng hành cùng bạn tạo nên những bữa ăn không chỉ bồi dưỡng cơ thể mà còn kích thích các giác quan của bạn. Hãy sẵn sàng làm mới đĩa ăn của bạn và tận hưởng niềm vui nấu nướng với loại rau mầm khiêm tốn nhưng phi thường này.

MẦM CỎ BA LÁ

1.Salad rau mầm Việt Nam tươi

THÀNH PHẦN:
- 6 ounce mì gạo mỏng, nấu chín
- 1 cốc cà rốt que diêm
- 3 cốc dưa chuột cắt thành dải mỏng
- 1 chén bắp cải xanh thái nhỏ
- 1 chén bắp cải tím thái nhỏ
- ½ chén hành lá, phần ⅛-1/4 inch
- ½ cốc củ cải cắt thành dải mỏng như dưa chuột
- ½ chén đậu phộng muối nhẹ
- 1-2 chén cỏ linh lăng/cỏ ba lá trộn mầm
- ⅓ chén nước mắm
- ½ chén giấm gạo
- 3 thìa mật ong hoặc đường
- 1 thìa cà phê tỏi băm
- 1-2 thìa cà phê tương ớt

HƯỚNG DẪN:
a) Trộn tất cả các loại rau và mì vào tô.
b) Trộn nước mắm, giấm gạo, đường, tỏi và tương ớt vào tô nhỏ rồi đánh đều.
c) Đổ nước sốt lên salad và trộn đều.

2.Salad đậu hũ, nấm và mầm cỏ ba lá

THÀNH PHẦN:
- 1 sự tồn tại lâu dài
- 100 gram rau diếp cừu
- 1 củ cải nhỏ
- 1 củ hành đỏ
- 400 gram đậu phụ
- 100 gam nấm nút
- 1 muỗng canh dầu hướng dương
- 2 muỗng canh nước tương
- ½ quả xoài (gọt vỏ và thái hạt lựu)
- 3 muỗng canh dầu mè
- 3 muỗng canh giấm gạo
- muối
- ớt tươi xay
- 1 thìa mật ong
- 1 nắm mầm cỏ ba lá đỏ

HƯỚNG DẪN:
a) Rửa sạch rau diếp quăn, mache và radicchio và cắt bỏ phần đầu. Loại bỏ lõi khỏi radicchio và kéo dài. Quay khô. Khi cần, xé lá nhỏ hơn hoặc cắt thành từng miếng và bày ra đĩa.
b) Cắt hành đỏ thành từng khoanh và rắc lên rau xà lách.
c) Cắt, làm sạch và cắt lát nấm và thêm vào món salad.
d) Cắt đậu phụ thành dải mỏng và chiên trong dầu hướng dương cho đến khi chín vàng, khoảng 2-3 phút. Khử men bằng nước tương, đảo đều, lấy ra khỏi chảo và đặt lên món salad.
e) Trộn xoài đã gọt vỏ và thái hạt lựu với dầu mè, 3-4 thìa nước và giấm gạo để làm nước sốt. Nêm muối, hạt tiêu và mật ong.
f) Rưới nước sốt lên món salad và trang trí bằng rau mầm.

3.Mầm cỏ ba lá và bọc hummus

THÀNH PHẦN:
- Bánh tortilla nguyên hạt
- Mầm cỏ ba lá
- hummus
- Dưa chuột, thái lát mỏng
- Cà chua, thái hạt lựu
- Hành đỏ, thái lát mỏng
- Bơ, thái lát
- Muối và hạt tiêu cho vừa ăn

HƯỚNG DẪN:
a) Trải một lớp hummus hào phóng lên bánh ngô nguyên hạt.
b) Xếp lớp mầm cỏ ba lá, lát dưa chuột, cà chua thái hạt lựu, hành tây đỏ và lát bơ.
c) Nêm muối và hạt tiêu cho vừa ăn.
d) Cuộn bánh tortilla thành màng bọc thực phẩm và cắt đôi để phục vụ.

4.Salad cỏ ba lá và phô mai dê

THÀNH PHẦN:

- Mầm cỏ ba lá
- Salad rau trộn
- Cà chua bi, giảm một nửa
- Quả óc chó, cắt nhỏ
- Phô mai dê, vỡ vụn
- dấm balsamic

HƯỚNG DẪN:

a) Trong một bát salad lớn, kết hợp mầm cỏ ba lá, rau trộn salad, cà chua bi và quả óc chó cắt nhỏ.

b) Rắc phô mai dê vụn lên trên.

c) Rưới dầu giấm balsamic.

d) Quăng nhẹ nhàng và phục vụ.

MẦM HƯỚNG DƯƠNG

5.Gỏi Mầm Hướng Dương

THÀNH PHẦN:
XA LÁT
- 3 củ cải thái lát mỏng
- 1 ½ chén mầm hướng dương
- 1 cốc rau arugula
- 1 quả dưa chuột , thái lát
- 2 củ cà rốt, cạo hoặc cắt nhỏ d

CÁCH ĂN MẶC
- 2 thìa nước cốt chanh tươi
- 1 thìa cà phê cây thùa
- ½ thìa cà phê mù tạt Dijon
- ¼ thìa cà phê muối kosher
- ¼ chén dầu ô liu

HƯỚNG DẪN:
a) Kết hợp tất cả các thành phần salad trong một bát phục vụ.
b) Trộn đều tất cả nguyên liệu làm nước sốt với nhau.
c) Ném tất cả lại với nhau!

6.Salad biển Spirulina với rau mầm

THÀNH PHẦN:
- ¼ cốc ruy băng ngâm trong nước
- 4 ounce cải xoăn baby
- 1 quả dưa chuột Thổ Nhĩ Kỳ, thái lát
- 1 quả bơ, thái hạt lựu hoặc thái lát
- 1–2 củ hành xanh
- 1 cốc mì tảo bẹ
- 1–2 củ cải dưa hấu, thái lát mỏng
- Ahi hun khói, cá hồi hun khói, đậu phụ nướng hoặc hun khói, đậu nành Nhật Bản

TRÌNH BÀY:
- Mầm hướng dương
- Hạt gai dầu hoặc hạt hướng dương
- Rau mùi hoặc cánh hoa ăn được

SỐP SPIRULINA:
- ¼ cốc nước
- ⅓ cốc dầu ô liu
- ¼ chén hạt gai dầu
- 3 muỗng canh giấm táo
- 1 tép tỏi
- ¾ thìa cà phê muối
- ¼ thìa cà phê hạt tiêu nứt
- ½ chén rau mùi
- 1 muỗng cà phê tảo xoắn, nhiều hơn để nếm thử

HƯỚNG DẪN:

a)   Ngâm ruy băng trong một bát nước nhỏ trong 15 phút hoặc cho đến khi mềm

b)   Làm nước sốt Spirulina – cho tất cả trừ ngò và tảo xoắn vào máy xay và trộn cho đến khi thành dạng kem và mịn - trộn một phút. Thêm rau mùi và tảo xoắn, rồi xay cho đến khi kết hợp tốt và mịn.

c)   Cho các nguyên liệu làm salad vào tô - rau xanh trước sau đó là dưa chuột, bơ, hành lá, mì tảo bẹ, củ cải, rong biển ráo nước và loại protein bạn chọn.

d)   Trộn với một ít nước sốt, vừa đủ để phủ lên.

e)   Trang trí bằng hạt và mầm.

7.Salad xanh với nước sốt Açaí Quả mọng

THÀNH PHẦN:
TRANG PHỤC AÇAÍ QUẢ MỌNG
- Gói Açaí không đường 100 gram, nhiệt độ phòng
- ¼ chén dầu dừa
- ¼ chén giấm táo
- 2 thìa mật ong
- 1 muỗng canh hạt chia
- 1 thìa cà phê muối biển

XA LÁT
- 2 chén cải xoăn thái lát mỏng
- 2 chén bắp cải napa thái lát mỏng
- 1 chén rau bồ công anh thái lát mỏng
- 1 chén bắp cải đỏ thái lát mỏng
- ½ chén húng quế thái lát mỏng
- ½ chén củ cải thái nhỏ
- ½ cốc cà rốt thái nhỏ
- ½ chén hạt bí ngô nướng
- Mầm hướng dương

HƯỚNG DẪN:
a) Để làm Nước xốt Açaí Quả mọng: Trộn tất cả nguyên liệu trong máy xay thực phẩm hoặc máy xay sinh tố cho đến khi mịn.

b) Đặt cải xoăn vào tô lớn. Rưới một vài thìa canh lên cải xoăn và xoa bóp để lớp phủ đều.

c) Cho tất cả các loại rau củ khác vào tô và rưới thêm nước sốt tùy thích.

d) Rắc hạt và mầm bí ngô lên rồi trộn đều.

8.Mầm hướng dương và bọc bơ

THÀNH PHẦN:

- 1 bánh tortilla nguyên hạt lớn
- 1 chén mầm hướng dương
- 1 quả bơ chín, thái lát
- 1/2 cốc hummus
- 1/4 chén hành đỏ, thái lát mỏng
- Muối và hạt tiêu cho vừa ăn

HƯỚNG DẪN:

a) Trải đều hummus lên bánh tortilla nguyên hạt.
b) Xếp mầm hướng dương, lát bơ và hành tím lên một mặt của bánh tortilla.
c) Nêm với muối và hạt tiêu.
d) Cuộn bánh tortilla thật chặt để tạo thành một lớp bọc.
e) Cắt làm đôi và phục vụ.

9.Mầm hướng dương và bát Quinoa

THÀNH PHẦN:
- 1 chén quinoa nấu chín
- 1 chén mầm hướng dương
- 1/2 chén cà rốt thái nhỏ
- 1/4 chén hạnh nhân thái lát
- 2 muỗng canh nước tương
- 1 muỗng canh dầu mè
- 1 thìa cà phê mật ong

HƯỚNG DẪN:
a) Trong một cái bát, trộn quinoa nấu chín, mầm hướng dương, cà rốt cắt nhỏ và hạnh nhân cắt lát.
b) Trong một bát nhỏ, trộn đều nước tương, dầu mè và mật ong.
c) Đổ nước sốt lên hỗn hợp quinoa và trộn đều.
d) Múc ra bát và thưởng thức.

10.Sinh Tố Mầm Hướng Dương

THÀNH PHẦN:

- 1 chén mầm hướng dương
- 1 quả chuối
- 1/2 chén dứa miếng
- 1/2 cốc sữa chua Hy Lạp
- 1/2 cốc sữa hạnh nhân
- Đá viên (tùy chọn)

HƯỚNG DẪN:

a) Trong máy xay sinh tố, kết hợp mầm hướng dương, chuối, miếng dứa, sữa chua Hy Lạp và sữa hạnh nhân.

b) Xay đến khi mịn.

c) Thêm đá viên nếu muốn và xay lại.

d) Rót vào ly và thưởng thức món sinh tố xanh bổ dưỡng này.

11.Mầm hướng dương và bánh mì nướng bơ nghiền

THÀNH PHẦN:

- 2 lát bánh mì nguyên hạt
- 1 chén mầm hướng dương
- 1 quả bơ chín, đập dập
- 1 thìa nước cốt chanh
- Mảnh ớt đỏ (tùy chọn)
- Muối và hạt tiêu cho vừa ăn

HƯỚNG DẪN:

a) Nướng các lát bánh mì nguyên hạt theo ý thích của bạn.

b) Trong một cái bát, trộn bơ nghiền với nước cốt chanh, muối và hạt tiêu.

c) Trải đều hỗn hợp bơ lên các lát bánh mì nướng.

d) Rắc mầm hướng dương lên trên và rắc ớt đỏ nếu muốn.

e) Dùng ngay để có bữa sáng hoặc bữa ăn nhẹ ngon miệng và bổ dưỡng.

12.Mầm hướng dương và mì Pesto

THÀNH PHẦN:
- 2 chén mì ống nấu chín (tùy bạn chọn)
- 1 chén mầm hướng dương
- 1/4 chén hạt thông
- 1/2 chén cà chua bi, cắt đôi
- 2 muỗng canh sốt pesto
- Phô mai Parmesan bào (tùy chọn)

HƯỚNG DẪN:
a) Nấu mì ống theo hướng dẫn trên bao bì và để ráo nước.
b) Trong một tô lớn, trộn mì ống đã nấu chín, mầm hướng dương, hạt thông và cà chua bi.
c) Thêm nước sốt pesto và đảo đều cho đến khi phủ đều.
d) Nếu muốn, rắc phô mai Parmesan bào trước khi dùng.

13.Mầm hướng dương và đậu phụ xào

THÀNH PHẦN:
- 1 chén mầm hướng dương
- 1 chén đậu hũ siêu cứng, cắt hạt lựu
- 1 quả ớt chuông, thái lát mỏng
- 1 củ cà rốt, thái hạt lựu
- 2 muỗng canh nước tương
- 1 muỗng canh dầu mè
- 1 muỗng canh giấm gạo
- 1 thìa cà phê gừng, băm nhỏ
- 2 tép tỏi, băm nhỏ
- Cơm nấu sẵn để phục vụ

HƯỚNG DẪN:
a) Trong chảo hoặc chảo, đun nóng dầu mè trên lửa vừa cao.
b) Thêm khối đậu phụ và xào cho đến khi có màu vàng nâu.
c) Thêm ớt chuông, cà rốt, gừng và tỏi. Xào trong vài phút cho đến khi rau mềm và giòn.
d) Thêm mầm hướng dương và nước tương. Quăng cho đến khi kết hợp tốt và đun nóng.
e) Rắc giấm gạo và khuấy đều.
f) Ăn kèm cơm đã nấu chín.

14.Gà nhồi mầm hướng dương và phô mai

THÀNH PHẦN:
- 2 ức gà không xương, không da
- 1 chén mầm hướng dương
- 1/4 cốc phô mai dê
- 1 muỗng canh dầu ô liu
- Muối và hạt tiêu cho vừa ăn
- Nêm chanh để phục vụ

HƯỚNG DẪN:
a) Làm nóng lò ở nhiệt độ 375°F (190°C).
b) Rải ức gà và nêm muối và hạt tiêu.
c) Trải phô mai dê lên một mặt của mỗi ức gà và phủ mầm hướng dương lên trên.
d) Gấp ức gà để bọc phần nhân và cố định bằng tăm.
e) Đun nóng dầu ô liu trong chảo an toàn với lò nướng trên lửa vừa cao.
f) Áp chảo ức gà cả hai mặt cho đến khi chín vàng.
g) Chuyển chảo vào lò nướng và nướng trong khoảng 20 phút hoặc cho đến khi gà chín.
h) Loại bỏ tăm trước khi phục vụ.
i) Ăn kèm với chanh.

MẦM CỎ LINH LĂNG

15.Salad đậu nành & mầm cỏ linh lăng

THÀNH PHẦN:
- 4 củ cải thái mỏng
- 2 củ cà rốt thái lát mỏng
- 1 chén đậu edamame đã bóc vỏ
- 3 chén mầm cỏ linh lăng, rửa sạch và sấy khô
- 1 muỗng canh lá ngò tươi
- 1 muỗng canh lá mùi tây

CÁCH ĂN MẶC
- 1 tép tỏi nhỏ, ép
- 1 muỗng canh giấm táo
- 2 muỗng canh dầu ô liu
- nhúm muối
- Nhúm ớt xay
- 2 muỗng cà phê hạt thì là, nướng

HƯỚNG DẪN:

a) Trong một tô trộn lớn, trộn rau, đậu nành, giá đỗ và thảo mộc.

b) Nghiền mịn hạt thì là trong cối và chày hoặc máy xay gia vị sau khi nướng chúng trong chảo ấm trong 1-2 phút hoặc cho đến khi có mùi thơm.

c) Trong một bát nhỏ, trộn tỏi, giấm và dầu.

d) Nêm muối và hạt tiêu cho vừa ăn.

e) Dùng salad với nước sốt rưới lên trên.

16.Mầm cỏ linh lăng và bọc hummus

THÀNH PHẦN:
- 1 bánh tortilla nguyên hạt lớn
- 1 chén mầm cỏ linh lăng
- 1/2 cốc hummus
- 1/2 quả dưa chuột, thái lát mỏng
- 1/4 cốc cà rốt thái nhỏ
- Muối và hạt tiêu cho vừa ăn

HƯỚNG DẪN:
a) Trải đều hummus lên bánh tortilla nguyên hạt.
b) Xếp mầm cỏ linh lăng, lát dưa chuột và cà rốt thái nhỏ lên một mặt của bánh tortilla.
c) Nêm với muối và hạt tiêu.
d) Cuộn bánh tortilla thật chặt để tạo thành một lớp bọc.
e) Cắt làm đôi và phục vụ.

17.Salad tôm với bơ và mầm cỏ linh lăng

THÀNH PHẦN:

- 10 con tôm lớn
- ¼ muỗng cà phê bột nghệ
- 1 muỗng cà phê bột ớt đỏ
- ½ muỗng cà phê bột rau mùi
- Muối để nếm
- 2-3 muỗng canh dầu ăn
- 1 quả bơ chín
- ½ chén mầm cỏ linh lăng
- ¼ chén hẹ và tỏi
- 10-15 quả cà chua bi
- 2 chén rau diếp
- 2 muỗng cà phê dầu ô liu
- Muối để nếm

HƯỚNG DẪN:

a) Tôm làm sạch, bỏ vỏ và bỏ chỉ. Chà chúng với bột ớt đỏ, bột rau mùi, bột nghệ và muối. Để chúng ướp trong khoảng nửa giờ.

b) Làm nóng chảo, cho 2 thìa dầu ăn vào rồi xào/chiên tôm trong 5-7 phút hoặc cho đến khi tôm chuyển màu vàng nhạt. Chuyển sang một cái bát và đặt sang một bên.

TỔNG HỢP SALAD:

c) Cắt và xay quả bơ thành từng miếng vừa ăn.

d) Trong một tô trộn lớn, trộn lá rau diếp, mầm cỏ linh lăng, quả bơ và cà chua bi.

e) Rắc muối và thêm dầu ô liu. Trộn đều các nguyên liệu và bạn cũng có thể thêm bột tiêu đen cho vừa ăn.

f) Ăn salad với tôm xào.

g) Tùy ý, có thể vắt nước cốt chanh tươi lên tôm để có hương vị thơm.

h) Khám phá các biến thể khác bằng cách thêm dưa chuột cắt nhỏ hoặc thêm các loại hạt để tăng thêm hương vị cho món salad.

18.Mầm cỏ linh lăng và Sandwich Câu lạc bộ Thổ Nhĩ Kỳ

THÀNH PHẦN:
- 2 lát bánh mì nguyên hạt
- 1 chén mầm cỏ linh lăng
- 4 lát ức gà tây
- 2 lát thịt xông khói, nấu chín
- 1/2 quả bơ, thái lát
- Rau diếp và cà chua lát
- Mayonnaise (tùy chọn)

HƯỚNG DẪN:
a) Nướng các lát bánh mì nguyên hạt nếu muốn.
b) Trên một lát, xếp lớp mầm cỏ linh lăng, gà tây, thịt xông khói, bơ, rau diếp và cà chua.
c) Nếu muốn, phết sốt mayonnaise lên lát bánh mì còn lại.
d) Đặt lát bánh mì thứ hai lên trên để tạo thành bánh sandwich.
e) Cắt làm đôi và phục vụ.

19.Mầm cỏ linh lăng và bát Quinoa

THÀNH PHẦN:
- 1 chén quinoa nấu chín
- 1 chén mầm cỏ linh lăng
- 1/2 chén cà chua bi, cắt đôi
- 1/4 cốc dưa chuột, thái hạt lựu
- 1/4 chén phô mai feta, vụn
- Sốt chanh-tahini:
- 2 muỗng canh tahini
- 1 thìa nước cốt chanh
- 1 muỗng canh dầu ô liu
- Muối và hạt tiêu cho vừa ăn

HƯỚNG DẪN:
a) Trong một cái bát, trộn quinoa nấu chín, mầm cỏ linh lăng, cà chua bi, dưa chuột và phô mai feta.
b) Trong một bát nhỏ, trộn đều tahini, nước cốt chanh, dầu ô liu, muối và hạt tiêu.
c) Đổ nước sốt lên hỗn hợp quinoa và trộn đều.
d) Múc ra bát và thưởng thức.

20.Bát Sushi cá hồi và mầm cỏ linh lăng

THÀNH PHẦN:
- 1 chén cơm sushi đã nấu chín
- 1 chén mầm cỏ linh lăng
- 4 ounce cá hồi hun khói, thái lát
- 1/2 quả bơ, thái lát
- 1/4 chén gừng ngâm
- 2 muỗng canh nước tương
- Hạt mè để trang trí

HƯỚNG DẪN:
a) Đặt cơm sushi vào tô.
b) Xếp mầm cỏ linh lăng, cá hồi hun khói và lát bơ lên trên.
c) Rưới nước tương và trang trí với gừng ngâm và hạt vừng.
d) Trộn nhẹ nhàng trước khi thưởng thức bát sushi đã được giải mã của bạn.

21.Mầm cỏ linh lăng và bọc Caesar gà

THÀNH PHẦN:
- 1 bánh tortilla nguyên hạt lớn
- 1 chén mầm cỏ linh lăng
- 1 ức gà nướng, thái lát
- 2 muỗng canh nước sốt Caesar
- 1/4 chén phô mai Parmesan bào
- Lá xà lách romaine

HƯỚNG DẪN:
a) Trải phẳng bánh tortilla và xếp lớp với mầm cỏ linh lăng, gà nướng, nước sốt Caesar, phô mai Parmesan và lá rau diếp.
b) Cuộn chặt bánh tortilla thành màng bọc thực phẩm.
c) Cắt đôi và cố định bằng tăm nếu cần.
d) Phục vụ cho một bữa trưa ngon miệng và thỏa mãn.

22.Mầm cỏ linh lăng và salad cá ngừ nhồi ớt

THÀNH PHẦN:
- 4 quả ớt chuông, cắt đôi và bỏ hạt
- 1 chén mầm cỏ linh lăng
- 1 hộp cá ngừ, để ráo nước
- 1/2 chén cà chua bi, thái hạt lựu
- 1/4 chén hành đỏ, thái nhỏ
- 2 thìa sữa chua Hy Lạp
- 1 muỗng canh mù tạt Dijon
- Muối và hạt tiêu cho vừa ăn

HƯỚNG DẪN:
a) Trong một cái bát, trộn cá ngừ, cà chua bi, hành tím, sữa chua Hy Lạp và mù tạt Dijon.
b) Nêm muối và hạt tiêu cho vừa ăn.
c) Nhồi từng nửa quả ớt chuông vào hỗn hợp salad cá ngừ.
d) Rắc mầm cỏ linh lăng lên trên trước khi dùng.

23.Mầm cỏ linh lăng và chả xoài

THÀNH PHẦN:
- Giấy gói bánh tráng
- 1 chén mầm cỏ linh lăng
- 1 quả xoài, thái lát mỏng
- 1 quả dưa chuột, thái hạt lựu
- Bún nấu chín
- Lá bạc hà tươi
- Nước chấm đậu phộng Hoisin:
- 3 muỗng canh nước sốt hoisin
- 2 muỗng canh bơ đậu phộng
- 1 muỗng canh nước tương
- 1 muỗng canh nước cốt chanh

HƯỚNG DẪN:
a) Chuẩn bị giấy gói bánh tráng theo hướng dẫn trên bao bì.
b) Trải phẳng từng lớp giấy gói và cho mầm cỏ linh lăng, lát xoài, dưa chuột, bún và lá bạc hà vào.
c) Cuộn chặt lớp bọc lại, gấp các cạnh vào trong khi thực hiện.
d) Đối với nước chấm, trộn đều nước sốt hoisin, bơ đậu phộng, nước tương và nước cốt chanh.
e) Ăn nem mùa hè với nước chấm.

MẦM ĐẬU

24.Salat Mầm Đậu Nành

THÀNH PHẦN:
Mầm nấu ăn
- 14 ounce giá đỗ tương, rửa sạch và để ráo nước
- 1 ly nước
- 1 thìa cà phê muối biển

ĐỒ GIA VỊ
- ⅛ muỗng cà phê muối biển
- 1,5 muỗng cà phê dầu mè
- 1 muỗng canh hành xanh, xắt nhỏ
- 1 chút tiêu đen
- 1 muỗng cà phê hạt vừng
- 1 thìa cà phê tỏi, băm nhỏ

HƯỚNG DẪN:
a) Cho 1 cốc nước, muối biển và giá đỗ vào nồi.
b) Đậy nắp và nấu ở mức trung bình cao trong 7 phút.
c) Để ráo nước và để rau mầm đã nấu chín để nguội.
d) Trong một tô trộn, trộn giá đỗ, hành lá, tỏi, muối, dầu mè, hạt vừng và hạt tiêu đen.
e) Dùng tay đảo nhẹ salad và gia vị để đảm bảo chúng được phủ đều.

25.Salad gà và trái cây với giá đỗ

THÀNH PHẦN:
- 1¼ pound ức gà không xương, bỏ da và cắt thành dải ½ inch
- 2 thìa bơ
- 1 thìa cà phê muối
- ½ thìa cà phê Tiêu
- 2¼ cốc dâu tây cắt đôi
- ¾ chén giá đỗ
- 2 thìa cà phê gừng thái nhỏ
- 1 thìa cà phê gừng xay
- 1 muỗng canh giấm húng quế
- 1 muỗng canh nước tương
- ⅛ thìa cà phê muối
- ⅛ muỗng cà phê ớt cayenne
- 2 muỗng canh dầu ô liu

HƯỚNG DẪN:
a) Xào dải thịt gà trong bơ trong 8 phút, khuấy thường xuyên.
b) Nêm muối và hạt tiêu, vớt ra khỏi chảo và để ráo trên khăn giấy. Để nguội.
c) Kết hợp dâu tây, giá đỗ, thịt gà nguội và gừng cắt nhỏ vào bát salad.
d) Trong một bát riêng, trộn gừng xay, giấm, nước tương, muối và ớt cayenne.
e) Thêm dầu và trộn nhẹ salad với nước sốt.
f) Đậy salad và để yên trong 10 phút ở nhiệt độ phòng trước khi dùng.

26.hoang , bông cải xanh & cà chua

THÀNH PHẦN:
- Dầu ô liu/bơ/dầu lanh
- 2 quả ớt, thái lát
- Một nắm giá đỗ
- 4 bông cải xanh
- 1 quả chanh
- 2 phần cơm hoang
- Một nắm bắp cải
- 6 quả cà chua nhỏ, cắt đôi

HƯỚNG DẪN:

a) Nấu cơm hoang theo hướng dẫn trên bao bì và đun sôi nhẹ bông cải xanh và bắp cải.

b) Xếp cà chua và hạt tiêu lên trên cơm cùng với bông cải xanh và giá đỗ.

c) Ăn kèm với một chút dầu ô liu hoặc nước cốt chanh/chanh.

d) Để với lá rau bina xắt nhỏ.

27.đậu tuyết , hạt thông và măng tây

THÀNH PHẦN:

- 2 chén đậu tuyết
- 1 bó măng tây tươi
- 1/2 gói giá đỗ tươi
- 1 chén rau bina
- Rắc hạt thông
- Dầu ô liu ép lạnh

HƯỚNG DẪN:

a) Hấp măng tây và đậu Hà Lan trong 3-6 phút ở lửa nhỏ.
b) Kết hợp măng tây và đậu tuyết với một chút muối và hạt tiêu.
c) Rưới nước chanh tươi lên món salad.

28.Gỏi xoài kiểu Thái với tôm nướng

THÀNH PHẦN:

- 20 con tôm sú lớn không đầu
- 4 xiên
- 1 miếng gừng tươi cỡ ngón tay cái, bào sợi
- 20g gói rau mùi tươi, xắt nhỏ
- 1 quả ớt đỏ, bỏ hạt và cắt nhỏ
- 4 thìa nước cốt chanh tươi
- 3 muỗng canh dầu ô liu
- 1 muỗng canh dầu mè
- 1 muỗng canh nước tương Một chút đường nâu
- 1/2 tép tỏi, bóc vỏ và nghiền nát
- 1 quả xoài chín và ăn liền
- 2 nắm giá đỗ ăn liền
- 3 quả dưa chuột nhỏ, xắt nhỏ
- 1 nắm rau mùi tươi
- 1 quả ớt đỏ, bỏ hạt và cắt thành dải mỏng
- 1 bó hành lá, xắt nhỏ
- Muối biển
- Một nắm nhỏ hạt mè
- Dầu ô liu nguyên chất Bianconi, để nhỏ giọt

HƯỚNG DẪN:

a) Trượt 5 con tôm đã bóc vỏ vào mỗi xiên.

b) Để làm nước xốt, trộn các nguyên liệu và rưới một nửa lên tôm. Đối với món salad, gọt vỏ xoài và cắt thịt thành dải mỏng.

c) Trộn với nửa còn lại nước xốt, giá đỗ, dưa chuột, rau mùi, hạt tiêu, hành lá và muối biển.

d) Làm nóng chảo lớn và chiên khô hạt vừng cho đến khi chín vàng. Loại bỏ và đặt sang một bên. Chiên tôm trên lửa cao trong 2 phút cho đến khi chín.

e) Ăn kèm với salad, rắc hạt vừng và rưới dầu ô liu.

29.Giá đỗ xào đậu phụ

THÀNH PHẦN:
- 2 chén giá đỗ
- 1 chén đậu hũ siêu cứng, cắt hạt lựu
- 1 quả ớt chuông, thái lát mỏng
- 1 củ cà rốt, thái hạt lựu
- 2 muỗng canh nước tương
- 1 muỗng canh dầu mè
- 1 thìa cà phê gừng, băm nhỏ
- 2 tép tỏi, băm nhỏ
- Hành xanh để trang trí

HƯỚNG DẪN:
a) Trong chảo hoặc chảo, đun nóng dầu mè trên lửa vừa cao.
b) Thêm khối đậu phụ và xào cho đến khi có màu vàng nâu.
c) Thêm ớt chuông, cà rốt, gừng và tỏi. Xào trong vài phút cho đến khi rau mềm và giòn.
d) Thêm giá đỗ và nước tương. Quăng cho đến khi kết hợp tốt và đun nóng.
e) Trang trí với hành lá xắt nhỏ và phục vụ.

30.Mỳ xào giá đỗ và gà

THÀNH PHẦN:

- 1 chén giá đỗ
- 1 chén ức gà nấu chín, thái nhỏ
- 2 chén mì trứng nấu chín
- 1 quả ớt chuông, thái lát
- 1 chén đậu tuyết, cắt bỏ phần đầu
- 2 muỗng canh dầu hào
- 1 muỗng canh nước tương
- 1 muỗng canh dầu thực vật

HƯỚNG DẪN:

a) Trong chảo hoặc chảo lớn, đun nóng dầu thực vật trên lửa vừa cao.

b) Thêm ớt chuông và đậu tuyết vào, xào cho đến khi hơi mềm.

c) Thêm thịt gà xé nhỏ, mì trứng nấu chín và giá đỗ.

d) Đổ dầu hào và nước tương. Quăng để kết hợp và đun nóng.

e) Ăn nóng.

31.Salad giá đỗ sốt mè

THÀNH PHẦN:

- 2 chén giá đỗ
- 1 quả dưa chuột, thái lát mỏng
- 1/2 củ hành đỏ, thái lát mỏng
- 2 muỗng canh dầu mè
- 1 muỗng canh nước tương
- 1 muỗng canh giấm gạo
- 1 thìa cà phê mật ong
- Hạt mè để trang trí

HƯỚNG DẪN:

a) Trong một tô lớn, trộn giá đỗ, dưa chuột và hành tím.

b) Trong một bát nhỏ, trộn đều dầu mè, nước tương, giấm gạo và mật ong.

c) Đổ nước sốt lên món salad và trộn đều.

d) Trang trí với hạt vừng trước khi dùng.

32.Chả giò tôm giá đỗ

THÀNH PHẦN:
- Giấy gói bánh tráng
- 1 chén giá đỗ
- 1 chén tôm nấu chín, bóc vỏ và bỏ chỉ
- 1 củ cà rốt, thái hạt lựu
- Lá bạc hà tươi
- Bún gạo nấu chín
- Nước chấm đậu phộng Hoisin:
- 3 muỗng canh nước sốt hoisin
- 2 muỗng canh bơ đậu phộng
- 1 muỗng canh nước tương
- 1 muỗng canh nước cốt chanh

HƯỚNG DẪN:
a) Chuẩn bị giấy gói bánh tráng theo hướng dẫn trên bao bì.
b) Trải phẳng từng lớp giấy gói và cho giá đỗ, tôm, cà rốt, lá bạc hà và bún vào.
c) Cuộn chặt lớp bọc lại, gấp các cạnh vào trong khi thực hiện.
d) Đối với nước chấm, trộn đều nước sốt hoisin, bơ đậu phộng, nước tương và nước cốt chanh.
e) Ăn nem với nước chấm.

33.Giá đỗ và xào nấm

THÀNH PHẦN:

- 2 chén giá đỗ
- 1 chén nấm shiitake, thái lát
- 1 chén đậu Hà Lan, cắt bỏ phần đầu
- 1 muỗng canh dầu thực vật
- 2 muỗng canh nước tương
- 1 muỗng canh dầu hào
- 1 muỗng cà phê dầu mè
- 2 tép tỏi, băm nhỏ
- 1 thìa cà phê gừng, nạo

HƯỚNG DẪN:

a) Trong chảo hoặc chảo, đun nóng dầu thực vật trên lửa vừa cao.
b) Thêm tỏi và gừng vào, xào cho đến khi có mùi thơm.
c) Thêm nấm hương và đậu Hà Lan vào, nấu cho đến khi mềm.
d) Thêm giá đỗ, nước tương, dầu hào và dầu mè. Quăng để kết hợp và đun nóng.
e) Ăn nóng.

34.Giá đỗ và đậu phụ cuốn mùa hè

THÀNH PHẦN:
- Giấy gói bánh tráng
- 1 chén giá đỗ
- 1 chén đậu hũ siêu cứng, thái hạt lựu
- 1 củ cà rốt, thái hạt lựu
- 1/2 quả ớt chuông đỏ, thái lát mỏng
- Lá ngò tươi
- Nước chấm đậu phộng:
- 1/4 cốc bơ đậu phộng
- 2 muỗng canh nước tương
- 1 muỗng canh giấm gạo
- 1 thìa mật ong
- Mảnh ớt (tùy chọn)

HƯỚNG DẪN:
a) Chuẩn bị giấy gói bánh tráng theo hướng dẫn trên bao bì.
b) Trải phẳng từng lớp giấy gói và cho giá đỗ, đậu phụ, cà rốt, ớt chuông và lá ngò vào.
c) Cuộn chặt lớp bọc lại, gấp các cạnh vào trong khi thực hiện.
d) Đối với nước chấm, trộn đều bơ đậu phộng, nước tương, giấm gạo, mật ong và ớt bột nếu muốn.
e) Dọn món nem mùa hè với nước chấm đậu phộng.

35.Súp giá đỗ cay

THÀNH PHẦN:
- 2 chén giá đỗ
- 4 chén nước luộc rau hoặc gà
- 1 chén nấm shiitake thái lát
- 1 chén rau bina bé
- 1 muỗng canh nước tương
- 1 muỗng canh gochugaru (ớt đỏ Hàn Quốc)
- 1 muỗng cà phê dầu mè
- Hành xanh để trang trí

HƯỚNG DẪN:
a) Trong nồi, đun sôi nước dùng.
b) Thêm giá đỗ, nấm hương và nước tương. Nấu trong vài phút cho đến khi rau mềm.
c) Khuấy gochugaru và dầu mè.
d) Thêm rau bina bé và nấu cho đến khi héo.
e) Trang trí với hành lá cắt nhỏ trước khi dùng.

36.Giá đỗ và củ cải

THÀNH PHẦN:
- 2 chén giá đỗ
- 1 cốc củ cải daikon thái hạt lựu
- 1/2 chén bắp cải đỏ thái nhỏ
- 2 muỗng canh giấm gạo
- 1 muỗng canh dầu mè
- 1 thìa cà phê đường
- Muối và hạt tiêu cho vừa ăn
- Hạt vừng nướng để trang trí

HƯỚNG DẪN:
a) Trong một tô lớn, trộn giá đỗ, củ cải daikon và bắp cải đỏ.
b) Trong một bát nhỏ, trộn đều giấm gạo, dầu mè, đường, muối và hạt tiêu.
c) Đổ nước sốt lên miếng thịt và trộn đều.
d) Trang trí với hạt vừng nướng trước khi dùng.

MẦM ĐẬU TUYẾT

37.Mầm đậu tuyết và tôm xào

THÀNH PHẦN:
- 2 chén giá đỗ tuyết
- 1 chén tôm, bóc vỏ và bỏ chỉ
- 1 quả ớt chuông, thái lát mỏng
- 1 chén bông cải xanh
- 2 muỗng canh nước tương
- 1 muỗng canh dầu hào
- 1 muỗng canh dầu mè
- 2 tép tỏi, băm nhỏ
- 1 thìa cà phê gừng, nạo

HƯỚNG DẪN:
a) Trong chảo hoặc chảo, đun nóng dầu mè trên lửa vừa cao.
b) Thêm tỏi và gừng vào, xào cho đến khi có mùi thơm.
c) Thêm tôm và nấu cho đến khi có màu hồng và đục.
d) Thêm ớt chuông và bông cải xanh vào xào cho đến khi rau mềm-giòn.
e) Thêm giá đậu tuyết, nước tương và dầu hào. Quăng để kết hợp và đun nóng.
f) Ăn nóng.

38.Salad nấm và mầm đậu tuyết

THÀNH PHẦN:
- 2 chén giá đỗ tuyết
- 1 chén nấm hỗn hợp (nấm hương, hàu, hoặc tùy sở thích), thái lát
- 1/4 chén hành đỏ, thái lát mỏng
- 2 muỗng canh dầu ô liu
- 1 muỗng canh giấm balsamic
- Muối và hạt tiêu cho vừa ăn
- Hạt thông nướng để trang trí

HƯỚNG DẪN:
a) Trong một tô lớn, trộn giá đỗ tuyết, nấm và hành đỏ.
b) Trong một bát nhỏ, trộn đều dầu ô liu, giấm balsamic, muối và hạt tiêu.
c) Đổ nước sốt lên món salad và trộn nhẹ nhàng để nước sốt thấm đều.
d) Trang trí với hạt thông nướng trước khi dùng.

39.Bát mì đậu tuyết và đậu phụ

THÀNH PHẦN:
- 2 chén giá đỗ tuyết
- 1 chén đậu phụ cứng, cắt hạt lựu
- 2 bó mì soba đã nấu chín
- 1 củ cà rốt, thái hạt lựu
- 2 muỗng canh nước tương
- 1 muỗng canh giấm gạo
- 1 muỗng canh dầu mè
- 1 thìa cà phê mật ong
- Hạt mè để trang trí

HƯỚNG DẪN:
a) Trong chảo, xào các khối đậu phụ cho đến khi có màu vàng nâu.
b) Trong một tô lớn, trộn mì soba đã nấu chín, giá đậu tuyết, cà rốt thái sợi và đậu phụ xào.
c) Trong một bát nhỏ, trộn đều nước tương, giấm gạo, dầu mè và mật ong.
d) Đổ nước sốt lên hỗn hợp mì và trộn đều.
e) Trang trí với hạt vừng trước khi dùng.

40.Cơm Mầm Đậu Tuyết Và Cơm Gà

THÀNH PHẦN:
- 2 chén giá đỗ tuyết
- 1 chén ức gà nấu chín, thái nhỏ
- 1 chén gạo lứt nấu chín
- 1/2 chén ớt chuông đỏ, thái hạt lựu
- 2 muỗng canh nước sốt hoisin
- 1 muỗng canh nước tương
- 1 muỗng canh dầu thực vật
- Hành xanh để trang trí

HƯỚNG DẪN:
a) Trong chảo, đun nóng dầu thực vật trên lửa vừa cao.
b) Thêm thịt gà xé nhỏ và ớt chuông đỏ thái hạt lựu vào xào cho đến khi chín.
c) Thêm gạo lứt đã nấu chín và giá đỗ tuyết vào, khuấy đều.
d) Đổ nước tương hoisin và nước tương vào, trộn đều.
e) Trang trí với hành lá cắt nhỏ trước khi dùng.

41.Mầm đậu tuyết và gà xào hạt điều

THÀNH PHẦN:
- 2 chén giá đỗ tuyết
- 1 chén ức gà nấu chín, thái lát
- 1 chén đậu tuyết, cắt nhỏ
- 1/2 chén hạt điều
- 2 muỗng canh nước tương
- 1 muỗng canh tương đen
- 1 muỗng canh gừng, băm nhỏ
- 2 tép tỏi, băm nhỏ
- 1 muỗng canh dầu thực vật

HƯỚNG DẪN:
a) Đun nóng dầu thực vật trong chảo hoặc chảo trên lửa vừa cao.
b) Thêm gừng và tỏi vào, xào cho đến khi có mùi thơm.
c) Thêm lát thịt gà, đậu Hà Lan và hạt điều. Nấu cho đến khi gà được đun nóng.
d) Khuấy nước tương và nước sốt hoisin, trộn đều.
e) Thêm mầm đậu tuyết và nấu nhanh cho đến khi héo.
f) Ăn kèm cơm hoặc mì.

42.Cá ngừ Ahi tẩm mè với salad mầm đậu tuyết

THÀNH PHẦN:
- 2 miếng bít tết cá ngừ ahi
- 1 chén giá đỗ tuyết
- 1 cốc cà rốt thái hạt lựu
- 1/4 chén nước tương
- 1 muỗng canh dầu mè
- 1 thìa mật ong
- 1 muỗng canh hạt vừng

HƯỚNG DẪN:
a) Nêm bít tết cá ngừ với muối và hạt tiêu, sau đó phủ hạt mè.
b) Đun nóng chảo hoặc chảo nướng trên lửa vừa cao.
c) Áp chảo cá ngừ trong 1-2 phút mỗi mặt để có phần thịt tái ở giữa.
d) Cho mầm đậu tuyết và cà rốt thái sợi vào tô.
e) Trong một bát nhỏ riêng biệt, trộn đều nước tương, dầu mè và mật ong.
f) Rưới nước sốt lên món salad và trộn đều.
g) Cắt lát cá ngừ và dùng kèm với món salad giá đậu tuyết.

43.Salad Mầm Đậu Tuyết và Gỏi Xoài Mùa Hè

THÀNH PHẦN:
- 2 chén giá đỗ tuyết
- 1 quả xoài, gọt vỏ và thái hạt lựu
- 1 cốc cà chua bi, giảm một nửa
- 1/4 chén hành đỏ, thái nhỏ
- 2 thìa nước cốt chanh
- 1 muỗng canh dầu ô liu
- Muối và hạt tiêu cho vừa ăn
- Rau mùi tươi để trang trí

HƯỚNG DẪN:
a) Trong một tô lớn, trộn giá đỗ tuyết, xoài thái hạt lựu, cà chua bi và hành tím.
b) Trong một bát nhỏ, trộn đều nước cốt chanh, dầu ô liu, muối và hạt tiêu.
c) Đổ nước sốt lên trên món salad và trộn nhẹ nhàng để trộn đều.
d) Trang trí với rau mùi tươi trước khi dùng.

44.Cá hồi tráng men miso với đậu tuyết xào

THÀNH PHẦN:
- 2 phi lê cá hồi
- 2 chén giá đỗ tuyết
- 1 muỗng canh miso dán
- 1 muỗng canh nước tương
- 1 muỗng canh mirin
- 1 thìa mật ong
- 1 muỗng canh dầu mè

HƯỚNG DẪN:
a) Làm nóng lò ở nhiệt độ 375°F (190°C).
b) Trong một bát nhỏ, trộn tương miso, nước tương, mirin, mật ong và dầu mè để làm men.
c) Đặt phi lê cá hồi lên khay nướng, phết một lớp men miso và nướng trong khoảng 15-20 phút hoặc cho đến khi chín.
d) Trong chảo, xào giá đậu tuyết cho đến khi héo.
e) Phục vụ cá hồi tráng men miso trên món đậu tuyết xào.

45.Salad đậu và mì với hoành thánh

THÀNH PHẦN:
- 8 oz. Thịt gà luộc thái mỏng
- 8 oz. Nước sốt mè-mận
- 16 cái. Phân đoạn cam quýt
- 4 oz. Bún giòn
- 4 oz. Dải hoành thánh giòn
- 4 oz. Hạnh nhân cắt lát kim cương xanh, nướng
- 2 muỗng cà phê. Hạt Mè Đen Trắng
- 1 cốc (150g) đậu Hà Lan tươi đã bóc vỏ
- 250 gram đậu Hà Lan đường, đã cắt nhỏ
- 250 gram đậu tuyết, đã cắt hạt
- 50 gram giá đỗ tuyết

HƯỚNG DẪN:
a) Đặt tất cả nguyên liệu vào tô trộn.
b) Trộn đều các nguyên liệu với nhau cho đến khi hòa quyện.
c) Đổ nguyên liệu vào tô lớn.
d) Đặt các múi quýt xung quanh món salad.
e) Lên trên món salad thêm một chút bún giòn và hoành thánh.
f) Rắc hạnh nhân cắt lát Blue Diamond và hạt vừng lên món salad
g) Trang trí món salad với một ít đậu tuyết thái lát mỏng.

BẮP CẢI BRUCXEN

46.Cải Brussels với rượu vang trắng

THÀNH PHẦN:
Dấm Maple
- 7 muỗng canh si-rô phong
- ½ chén dầu ô liu
- ¼ cốc giấm rượu vang trắng hữu cơ Holland House
- ¼ cốc nước
- 2 muỗng canh húng tây tươi
- một chút muối + hạt tiêu
- 2 thìa mù tạt mật ong

CHO MÓN SALAD
- 18 ounce cải bruxen cạo
- ½ chén gạo hoang sử dụng bất kỳ loại nào bạn thích
- 3 muỗng canh rượu nấu ăn trắng Holland House
- 2/3 chén pepitas muối
- 2/3 cốc quả nam việt quất khô
- ½ chén hồ đào, xắt nhỏ
- 2/3 chén phô mai parmesan bào

HƯỚNG DẪN:
LÀM MẶT TRANG:
a) Tốt nhất bạn nên loại bỏ lá húng tây khỏi thân cây/ Thêm tất cả nguyên liệu làm nước sốt vào máy xay thực phẩm hoặc máy xay ngâm, và xay cho đến khi mọi thứ hòa quyện và mịn như kem.

b) Nếu bạn không có một trong những thiết bị này, hãy băm nhỏ húng tây bằng tay, sau đó cho nó và các nguyên liệu còn lại vào lọ. Đậy kín nắp, lắc đều cho đến khi mọi thứ hòa quyện.

NẤU GẠO DỪNG:
c) Nấu cơm hoang theo hướng dẫn trên bao bì, thay thế 1/3 lượng nước nấu được liệt kê cho Rượu nấu ăn trắng Holland House. Trong trường hợp của tôi, tôi cần 10 thìa nước, vì vậy tôi sử dụng khoảng 3 thìa Rượu nấu ăn trắng và 7 thìa nước.

TỔNG HỢP SALAD:
d) Thêm cải Brussels vào bát salad của bạn, sau đó thêm các nguyên liệu còn lại.

e) Trộn với nước sốt khi sẵn sàng phục vụ.

47.Salad rau mầm Quinoa Brussel

THÀNH PHẦN:

- ½ chén quinoa khô rửa sạch, nấu chín
- 1 pound cải Brussel làm sạch, cắt đôi và hấp hoặc nấu cho đến khi mềm
- 10 hạt dẻ nấu/nướng thái lát
- ¼ chén mùi tây xắt nhỏ
- ¼ chén quả nam việt quất khô hoặc quả mơ khô xắt nhỏ
- 1 củ hành đỏ lớn, caramen
- muối biển và hạt tiêu đen cho vừa ăn
- ½ chén Rêu biển nguyên lá khô, xé thành từng miếng vừa ăn

TRANG PHỤC MÙI CAM

- 1 quả cam vừa, ép lấy nước
- 1 thìa cà phê vỏ cam
- 1 muỗng canh xi-rô cây phong
- 2 muỗng cà phê mù tạt nhẹ
- 1 muỗng canh nước cốt chanh tươi

HƯỚNG DẪN:

a) Cho tất cả nguyên liệu làm salad vào tô lớn.
b) Trộn các nguyên liệu làm nước sốt trong một chiếc lọ hoặc bát nhỏ.
c) Đổ salad lên và trộn đều.

48.Brussels, Cà rốt & Rau xanh

THÀNH PHẦN:
- 1 bông cải xanh
- 2 củ cà rốt, thái lát mỏng
- 6 cải bruxen
- 2 tép tỏi
- 1 muỗng cà phê hạt caraway
- 1/2 quả chanh
- Gọt 1 quả chanh Dầu ô liu

HƯỚNG DẪN:
a) Hấp tất cả các loại rau trong 5-8 phút ở nhiệt độ thấp.
b) Xào tỏi với hạt thì là, vỏ chanh, 1/2 quả chanh và dầu ô liu.
c) Thêm cà rốt và cải Brussels.

49.Salad mầm Brussels

THÀNH PHẦN:
- 1 cốc bulgur khô
- 8 ounce cải Brussels
- 1 quả lựu
- 1 quả lê, thái hạt lựu
- ¼ chén quả óc chó, xắt nhỏ
- 1 củ hẹ vừa, băm nhỏ
- 2 muỗng canh dầu ô liu
- 2 muỗng canh giấm balsamic
- ⅛ muỗng cà phê muối
- ⅛ thìa cà phê tiêu
- Salad mầm Brussels sống

HƯỚNG DẪN:

a)   Kết hợp 2 cốc nước lạnh và bulgur khô vào nồi nhỏ. Đun sôi, sau đó giảm nhiệt độ xuống mức thấp và thỉnh thoảng khuấy.

b)   Đun nhỏ lửa trong 12-15 phút hoặc cho đến khi bulgur mềm. Bất kỳ chất lỏng dư thừa nào cũng phải được xả hết và để nguội.

c)   Cắt bỏ thân cây và loại bỏ những lá cứng hoặc khô khỏi mầm Brussels.

d)   Cắt cải Brussels làm đôi từ trên xuống dưới, bỏ cuống. Đặt cải Brussels đã cắt úp xuống và bắt đầu thái mỏng từ trên xuống dưới để cắt nhỏ.

e)   Trong một tô trộn lớn, nhẹ nhàng trộn cải Brussels cho đến khi các lớp cải vỡ ra, sau đó đặt sang một bên.

f)   Loại bỏ hạt từ quả lựu.

g)   Sau khi đã gọt xong quả lựu, hãy vặn quả lựu để tách làm đôi và cẩn thận gọt vỏ để loại bỏ hạt. Giữ mặt cắt của quả lựu trên một cái bát và dùng thìa gỗ đập vào mặt sau của quả lựu cho đến khi tất cả hạt rơi ra.

h)   Trộn cải Brussels với hạt lựu, quả óc chó và lê. Dùng nĩa ném món bulgur và dùng kèm với salad.

i)   Kết hợp hẹ, dầu, giấm, muối và hạt tiêu vào một bát nhỏ riêng biệt.

j)   Cho salad vào nước sốt để trộn. Phục vụ và thưởng thức!

50.Bát bí đỏ và cải xoăn

THÀNH PHẦN:
- ½ cốc farro trân châu
- 1¼ cốc nước
- Muối Kosher và hạt tiêu đen mới xay
- 1 quả bí nhỏ, gọt vỏ và thái lát
- 1 pound cải Brussels, cắt nhỏ và giảm một nửa
- 2 muỗng canh bơ, dừa hoặc dầu ô liu nguyên chất
- 3 chén cải xoăn hấp
- 1 cốc radicchio cắt nhỏ
- 1 quả táo cứng, bỏ lõi và thái hạt lựu
- Đậu xanh giòn
- 1 công thức Sốt Tahini lá phong cay

HƯỚNG DẪN:
a)   Làm nóng lò ở nhiệt độ 425°F.
b)   Thêm farro, nước và một chút muối vào nồi vừa. Đun sôi, sau đó giảm nhiệt xuống thấp, đậy nắp và đun nhỏ lửa cho đến khi món farro mềm và nhai nhẹ, khoảng 30 phút.
c)   Trong khi đó, trộn bí và cải Brussels với dầu, muối và tiêu. Trải thành một lớp duy nhất trên khay nướng có viền. Nướng cho đến khi bí mềm và cải Brussels có màu nâu vàng và giòn, khoảng 20 phút, khuấy đều một lần giữa chừng.
d)   Để phục vụ, chia cải xoăn vào các bát. Phủ bí, cải Brussels, farro, radicchio và táo lên trên. Rắc đậu xanh giòn và rưới sốt Tahini phong cay.

51.Bát năng lượng cam quýt và cá hồi đắng

THÀNH PHẦN:
- Nước ép từ 1 quả cam rốn
- 3 muỗng canh giấm gạo
- 2 muỗng cà phê dầu mè nướng
- 2 thìa cà phê mật ong
- Muối biển Kosher và hạt tiêu đen mới xay
- 1 cốc farro ngọc trai
- 2½ cốc nước
- 4 phi lê cá hồi
- 2 muỗng canh dầu savocado hoặc dầu ô liu nguyên chất, chia
- 1 pound cải Brussels, cắt nhỏ và giảm một nửa
- ½ củ radicchio đầu vừa, thái nhỏ
- 1 củ thì là, cắt tỉa và thái lát mỏng
- 2 quả cam, gọt vỏ và cắt múi, tốt nhất là Cara Cara hoặc huyết
- những quả cam
- 4 củ hành lá, chỉ lấy phần xanh, thái lát mỏng
- Quả hồ trăn nướng, cắt nhỏ

HƯỚNG DẪN:

a) Đánh đều nước cam, giấm, dầu mè, mật ong, một chút muối và hạt tiêu trong một cái bát nhỏ; để qua một bên.

b) Thêm farro, nước và một chút muối vào nồi vừa. Đun sôi, sau đó giảm nhiệt xuống mức vừa phải, đậy nắp và đun nhỏ lửa cho đến khi món farro mềm và nhai nhẹ, khoảng 30 phút.

c) Trong khi đó, sắp xếp một giá nướng cách lò nướng 6 inch và đặt lò nướng ở chế độ nướng. Quét cá hồi với 1 thìa dầu rồi nêm muối và tiêu. Đặt mặt da cá hồi úp xuống một mặt của khay nướng có viền lót giấy bạc.

d) Trộn cải Brussels với 1 muỗng canh dầu, muối và hạt tiêu còn lại, sau đó trải đều một lớp ở mặt còn lại của khay nướng. Nướng cho đến khi cá hồi chín và bong ra dễ dàng, từ 6 đến 8 phút, tùy thuộc vào độ dày.

e) Để phục vụ, hãy chia farro, cải Brussels và radicchio vào các bát. Phủ cá hồi, thì là, các múi cam, hành lá và quả hồ trăn lên trên.

f) Đánh đều nước sốt với nhau một lần nữa và rưới lên trên.

52.Củ cải đường , lựu và cải Bruxen

THÀNH PHẦN:
- 3 củ cải vừa
- 1 muỗng canh dầu ô liu
- Muối Kosher và hạt tiêu đen mới xay, vừa ăn
- 1 cốc Farro
- 4 chén rau chân vịt hoặc cải xoăn
- 2 chén cải Brussels, thái lát mỏng
- 3 quả quýt, gọt vỏ và cắt khúc
- ½ chén hồ đào, nướng
- ½ chén hạt lựu

VINAIGRETT RƯỢU ĐỎ MẬT ONG-DIJON
- ¼ chén dầu ô liu nguyên chất
- 2 muỗng canh giấm rượu vang đỏ
- ½ củ hẹ, băm nhỏ
- 1 thìa mật ong
- 2 thìa cà phê mù tạt nguyên hạt
- Muối Kosher và hạt tiêu đen mới xay, vừa ăn

HƯỚNG DẪN:

a) Làm nóng lò ở nhiệt độ 400 độ F. Lót giấy bạc vào khay nướng.

b) Đặt củ cải lên giấy bạc, rưới dầu ô liu và nêm muối và hạt tiêu.

c) Gấp cả 4 mặt của giấy bạc lại để làm túi đựng. Nướng cho đến khi mềm, 35 đến 45 phút; để nguội, khoảng 30 phút.

d) Dùng khăn giấy sạch chà xát củ cải để loại bỏ vỏ; thái thành từng miếng vừa ăn.

e) Nấu món farro theo hướng dẫn trên bao bì, sau đó để nguội.

f) Chia củ cải vào 4 lọ thủy tinh miệng rộng có nắp đậy. Top với rau bina hoặc cải xoăn, farro, cải Brussels, quýt, quả hồ đào và hạt lựu.

ĐỐI VỚI DỪA:

g) Trộn đều dầu ô liu, giấm, hẹ tây, mật ong, mù tạt và 1 thìa nước; nêm muối và hạt tiêu cho vừa ăn. Đậy nắp và để lạnh tối đa 3 ngày.

h) Để phục vụ, thêm dầu giấm vào mỗi lọ và lắc. Phục vụ ngay lập tức.

53.Rau & Farro

THÀNH PHẦN:
- 2 củ cà rốt, gọt vỏ và thái lát
- 2 củ cải, gọt vỏ và thái lát
- 8 ounce cải Brussels, cắt nhỏ
- ¼ chén dầu ô liu, chia
- ¼ muỗng cà phê muối, chia
- ¼ cốc nho khô
- ¼ thìa cà phê tiêu đen, chia
- 1 chén farro khô, nấu chín
- 1 muỗng canh giấm táo
- 2 thìa cà phê mù tạt Dijon
- ¼ chén hồ đào, xắt nhỏ

HƯỚNG DẪN:
a) Chuẩn bị sẵn lò nướng bằng cách làm nóng lò trước ở nhiệt độ 400 độ F.

b) Kết hợp cà rốt, rau mùi tây và cải Brussels với 2 muỗng canh dầu ô liu, một chút muối và hạt tiêu rồi phết lên chảo nướng đã phết dầu.

c) Nướng trong 22 phút, cho đến khi giòn xung quanh các cạnh, lật nửa chừng.

d) Cho 2 thìa dầu ô liu còn lại, ⅛ thìa cà phê muối còn lại, ⅛ thìa cà phê tiêu còn lại, giấm rượu táo và mù tạt Dijon vào một đĩa nhỏ.

e) Nướng hồ đào trong chảo xào khô trên lửa vừa cho đến khi có mùi thơm, khoảng 3 phút.

f) Bày rau củ nướng, món farro nấu chín, nước sốt, quả óc chó nướng và nho khô vào đĩa hoặc bát phục vụ.

54.Bát phật gà kiểu Thái

THÀNH PHẦN:
SỐT ĐẬU PHỘNG
- 3 muỗng canh kem bơ đậu phộng
- 2 muỗng canh nước cốt chanh mới vắt
- 1 muỗng canh nước tương giảm natri
- 2 muỗng cà phê đường nâu đậm
- 2 thìa cà phê sambal oelek (tương ớt tươi xay)

XA LÁT
- 1 cốc Farro
- ¼ chén nước dùng gà
- 1 ½ muỗng canh sambal oelek (tương ớt tươi xay)
- 1 muỗng canh đường nâu nhạt
- 1 muỗng canh nước cốt chanh mới vắt
- 1 pound ức gà không xương, không da, cắt thành khối 1 inch
- 1 muỗng canh bột bắp
- 1 muỗng canh nước mắm
- 1 muỗng canh dầu ô liu
- 2 tép tỏi, băm nhỏ
- 1 củ hẹ, băm nhỏ
- 1 muỗng canh gừng tươi xay
- Muối Kosher và hạt tiêu đen mới xay, vừa ăn
- 2 chén cải xoăn thái nhỏ
- 1 ½ chén bắp cải tím thái nhỏ
- 1 chén giá đỗ
- 2 củ cà rốt, gọt vỏ và xay nhuyễn
- ½ chén lá ngò tươi
- ¼ chén đậu phộng rang

HƯỚNG DẪN:

a)   Đánh đều bơ đậu phộng, nước cốt chanh, nước tương, đường nâu, sambal oelek và 2 đến 3 muỗng canh nước trong một cái bát nhỏ. Đậy nắp và để lạnh tối đa 3 ngày.

b)   Nấu món farro theo hướng dẫn trên bao bì ; để qua một bên.

c)   Trong khi nấu món farro, trong một cái bát nhỏ, trộn đều nước kho, sambal oelek, đường nâu và nước cốt chanh; để qua một bên.

d)   Trong một tô lớn, trộn thịt gà, bột ngô và nước mắm, trộn đều và để gà ngấm bột ngô trong vài phút.

e)   Đun nóng dầu ô liu trong chảo lớn trên lửa vừa. Thêm gà và nấu cho đến khi vàng, từ 3 đến 5 phút. Thêm tỏi, hẹ tây và gừng vào rồi tiếp tục nấu, khuấy thường xuyên cho đến khi có mùi thơm, khoảng 2 phút. Khuấy hỗn hợp nước kho và nấu cho đến khi hơi đặc lại, khoảng 1 phút. Nêm muối và hạt tiêu cho vừa ăn.

f)   Chia farro vào hộp đựng chuẩn bị bữa ăn. Phủ thịt gà, cải xoăn, bắp cải, giá đỗ, cà rốt, ngò và đậu phộng lên trên. Sẽ bảo quản trong tủ lạnh từ 3 đến 4 ngày. Ăn kèm nước sốt đậu phộng cay.

55.Salad mầm Brussels sống

THÀNH PHẦN:
- 1 cốc bulgur khô
- 1 củ hẹ vừa, băm nhỏ
- 8 ounce cải Brussels
- 2 muỗng canh dầu ô liu
- 1 quả lựu
- 2 muỗng canh giấm balsamic
- 1 quả lê, thái hạt lựu
- ⅛ muỗng cà phê muối
- ¼ chén quả óc chó, xắt nhỏ
- ⅛ thìa cà phê tiêu

HƯỚNG DẪN:

a) Lấy một cái chảo nhỏ và trộn 2 cốc nước lạnh với bulgur khô.

b) Đun sôi hỗn hợp này, sau đó đậy nắp và giảm nhiệt xuống mức trung bình thấp.

c) Thỉnh thoảng khuấy đều khi bạn để bulgur sôi trong 12-15 phút hoặc cho đến khi đạt độ sệt mềm.

d) Sau khi hoàn tất, hãy xả hết chất lỏng dư thừa và đặt bulgur sang một bên để nguội.

e) Bắt đầu bằng cách chuẩn bị cải Brussels. Loại bỏ những lá cứng hoặc héo và cắt bớt thân cây. Cắt cải Brussels làm đôi từ trên xuống đến vị trí từng là thân cây.

f) Đặt chúng phẳng với mặt cắt hướng xuống dưới và cẩn thận cắt chúng bằng cách cắt mỏng từ trên xuống dưới.

g) Nhẹ nhàng ném những củ cải Brussels cắt nhỏ này vào một cái bát rộng rãi, tách các lớp và đặt chúng sang một bên.

h) Để lấy hạt từ quả lựu, hãy giữ nguyên phần cuống và ghi điểm xung quanh quả, tương tự như việc chuẩn bị một quả đào hoặc quả bơ. Tránh cắt xuyên suốt.

i) Sau khi gọt xong, vặn quả lựu để tách thành hai nửa, sau đó nhẹ nhàng bóc vỏ để nhả hạt.

j) Giữ mặt cắt hướng xuống dưới trên một cái bát và dùng thìa gỗ gõ vào mặt sau của quả lựu cho đến khi tất cả các hạt bong ra.

k) Kết hợp hạt lựu, quả óc chó và quả lê với mầm Brussels cắt nhỏ.

l) Dùng nĩa xới bulgur đã nguội và thêm nó vào món salad.

m) Trong một bát nhỏ riêng biệt, trộn đều hành tím, dầu, giấm, muối và hạt tiêu. Rưới nước sốt này lên món salad và trộn mọi thứ lại với nhau cho đến khi hòa quyện. Phục vụ và thưởng thức!

56.Salad đào cá hồi xào

THÀNH PHẦN:

- bình xịt nấu ăn
- 1 miếng phi lê cá hồi 4-6 ounce rã đông nếu đã đông lạnh trước đó
- 3 quả đào, cắt thành miếng vuông
- ½ quả cà chua bít tết
- 1 chén cải Brussels
- 1 tên lửa trẻ em 80g
- 3 lá húng quế
- Muối và hạt tiêu cho vừa ăn
- 1 muỗng canh men balsamic
- 1 thìa nước cốt chanh

BUTTERMILK RANCH DRESSING

- 1/2 cốc kem chua
- 1/2 cốc bơ sữa
- 1/4 cốc sốt mayonaise
- 2 tép tỏi, băm nhỏ
- 1 thìa nhỏ muối
- 1/4 thìa cà phê tiêu
- 1-1/2 thìa cà phê thì là khô
- 1/4 chén hẹ tươi thái nhỏ
- 2 thìa nước cốt chanh tươi
- Một ít sốt Tabasco

HƯỚNG DẪN:

a) Đun nóng một chảo nhỏ trên bếp ở lửa vừa cao. Thêm phi lê cá hồi 4 oz. Nêm với muối và hạt tiêu. Nấu mặt đầu tiên trong khoảng 4 phút rồi lật.

b) Trong khi cá hồi đang nấu, hãy cắt ½ quả cà chua và đào. Cắt thành lát dày khoảng ¼ inch.

c) Phủ cá hồi lên trên các lát đào và cà chua, vắt 1 thìa nước cốt chanh lên trái cây, rưới 1 thìa canh men balsamic lên trái cây và thêm 3 lá húng quế thái lát mỏng. Thêm muối và hạt tiêu cho vừa ăn.

d) Cho các nguyên liệu làm nước sốt vào máy xay sinh tố và rưới lên món salad.

MẦU HỖN HỢP

57.dưa chuột và mầm

THÀNH PHẦN:
- 1/2 quả dưa chuột
- 8 quả cà chua bi
- 2 nắm lá rau chân vịt
- Một nắm lá xà lách
- 1/2 lon đậu xanh
- 2 nắm lớn rau mầm

CÁCH ĂN MẶC:
- 1 thìa cà phê vỏ chanh
- 1 thìa cà phê Aminos lỏng
- 1 muỗng canh dầu ô liu
- Gừng 1 inch, nghiền nát
- 1 muỗng canh vỏ cam
- 1/2 nước cốt chanh

HƯỚNG DẪN:
a) Hấp măng tây và đậu Hà Lan trong 3-6 phút ở lửa nhỏ.
b) Trộn măng tây và đậu tuyết với muối và hạt tiêu.
c) Rưới nước cốt chanh lên món salad.

58.B bông cải xanh Súp lơ chiên

THÀNH PHẦN:
- 4 bông cải xanh
- 4 bông hoa súp lơ
- 1 hạt tiêu
- Một số ít rau mầm
- 3 củ hành lá
- 1 tép tỏi, Aminos lỏng cắt nhỏ
- Gạo hoang dã/gạo lứt

HƯỚNG DẪN:
a) Nấu cơm trong nước luộc rau không có men.
b) Chiên tỏi và hành tây trong nồi hấp trong ba phút.
c) Cho các nguyên liệu còn lại vào và đun nhỏ lửa thêm vài phút nữa.

59.Bát rau củ nướng nghệ

THÀNH PHẦN:

- ½ đầu súp lơ vừa, cắt thành bông hoa
- ½ pound cà rốt non, bỏ phần ngọn lá
- 4 củ cải vừa, cắt nhỏ, gọt vỏ và thái hạt lựu
- 4 muỗng canh bơ hoặc dầu ô liu nguyên chất, chia
- 1 thìa cà phê bột nghệ
- 1 thìa cà phê thì là xay
- Muối Kosher và hạt tiêu đen mới xay
- ¾ cốc kê
- 1¾ cốc nước, chia
- 4 chén cải xoăn thái nhỏ
- ⅛ muỗng cà phê ớt đỏ
- 4 quả trứng luộc
- 8 củ cải, tỉa và làm tư
- 2 củ hành lá, chỉ lấy phần xanh, thái lát mỏng
- 1 công thức sốt sữa chua ngò
- Bông cải xanh, cỏ ba lá hoặc mầm cỏ linh lăng

HƯỚNG DẪN:

a) Làm nóng lò ở nhiệt độ 400°F.

b) Trộn súp lơ, cà rốt và củ cải đường với 2 thìa dầu, nghệ, thì là, muối và tiêu.

c) Xếp các loại rau thành một lớp đều trên khay nướng có viền. Nướng cho đến khi mềm và chín vàng xung quanh các cạnh, khoảng 20 phút, khuấy một lần giữa chừng.

d) Trong khi đó, đun nóng 1 muỗng canh dầu trong chảo vừa. Thêm hạt kê, khuấy đều và nướng cho đến khi có màu vàng nâu, từ 4 đến 5 phút. Đổ vào 1½ cốc nước và một chút muối. Lúc đầu nước sẽ sủi bọt và bắn tung tóe nhưng sẽ lắng xuống nhanh chóng.

e) Đun sôi, sau đó giảm nhiệt xuống thấp, đậy nắp và đun nhỏ lửa cho đến khi mềm, khoảng 15 phút. Tắt bếp và hấp trong nồi trong 5 phút.

f) Đun nóng 1 muỗng canh dầu còn lại trong chảo lớn trên lửa vừa.

g) Thêm cải xoăn, muối và ớt đỏ.

h) Nấu, thỉnh thoảng khuấy, cho đến khi héo. Đổ ¼ cốc nước còn lại vào và nấu cho đến khi rau mềm và chất lỏng ngấm đều, khoảng 5 phút.

i) Để phục vụ, chia hạt kê vào các bát. Phủ rau củ nướng, cải xoăn, trứng luộc, củ cải và hành lá lên trên.

j) Rưới nước sốt sữa chua ngò và trang trí với rau mầm.

60.Rau mầm trộn và rau xào

THÀNH PHẦN:
- 2 chén rau mầm hỗn hợp (cỏ linh lăng, đậu xanh, bông cải xanh, v.v.)
- 1 chén ớt chuông nhiều màu sắc, thái lát mỏng
- 1 chén đậu Hà Lan, cắt bỏ phần đầu
- 1 củ cà rốt, thái hạt lựu
- 2 muỗng canh nước tương
- 1 muỗng canh dầu mè
- 1 muỗng canh gừng, băm nhỏ
- 2 tép tỏi, băm nhỏ
- 1 muỗng canh dầu ô liu
- Hạt mè để trang trí

HƯỚNG DẪN:
a) Trong chảo hoặc chảo, đun nóng dầu ô liu trên lửa vừa cao.
b) Thêm tỏi và gừng băm vào, xào cho đến khi có mùi thơm.
c) Thêm hỗn hợp rau mầm, ớt chuông, đậu Hà Lan và cà rốt thái sợi. Xào cho đến khi rau mềm-giòn.
d) Đổ nước tương và dầu mè vào, trộn đều.
e) Trang trí với hạt vừng trước khi dùng.

61.Salad hỗn hợp rau mầm và diêm mạch

THÀNH PHẦN:

- 2 chén rau mầm hỗn hợp (đậu lăng, cỏ linh lăng, đậu xanh, v.v.)
- 1 chén quinoa nấu chín
- 1 quả dưa chuột, thái hạt lựu
- 1/2 củ hành đỏ, thái nhỏ
- 1/4 chén phô mai feta, vụn
- 2 muỗng canh dầu giấm balsamic
- Rau mùi tây tươi để trang trí

HƯỚNG DẪN:

a) Trong một tô lớn, trộn các loại rau mầm đã trộn, quinoa nấu chín, dưa chuột, hành tím và phô mai feta.

b) Rưới dầu giấm balsamic và trộn nhẹ nhàng để kết hợp.

c) Trang trí với rau mùi tây tươi trước khi phục vụ.

62.Hỗn Hợp Mầm Và Hummus Bọc

THÀNH PHẦN:
- 1 bánh tortilla nguyên hạt lớn
- 2 chén rau mầm trộn
- 1/2 cốc hummus
- 1/2 quả bơ, thái lát
- 1/4 cốc cà rốt thái nhỏ
- Muối và hạt tiêu cho vừa ăn

HƯỚNG DẪN:
a) Trải đều hummus lên bánh tortilla nguyên hạt.
b) Xếp hỗn hợp rau mầm, lát bơ và cà rốt thái nhỏ lên một mặt của bánh tortilla.
c) Nêm với muối và hạt tiêu.
d) Cuộn bánh tortilla thật chặt để tạo thành một lớp bọc.
e) Cắt làm đôi và phục vụ.

63.Bát Phật trộn rau mầm và gà

THÀNH PHẦN:
- 2 chén rau mầm hỗn hợp (đậu xanh, cỏ linh lăng, củ cải, v.v.)
- 1 chén ức gà nấu chín, thái lát
- 1 chén gạo lứt nấu chín
- 1/2 chén cà chua bi, cắt đôi
- 1/4 chén bắp cải tím thái nhỏ
- 1/4 chén củ cải thái lát
- Sốt Tahini:
- 2 muỗng canh tahini
- 1 thìa nước cốt chanh
- 1 muỗng canh dầu ô liu
- Muối và hạt tiêu cho vừa ăn

HƯỚNG DẪN:
a) Xếp gạo lứt đã nấu chín vào tô.
b) Phủ rau mầm, thịt gà thái lát, cà chua bi, bắp cải tím thái sợi và củ cải thái lát lên trên.
c) Trong một bát nhỏ, trộn đều tahini, nước cốt chanh, dầu ô liu, muối và hạt tiêu.
d) Rưới nước sốt lên bát Phật trước khi dùng.

64.Hỗn Hợp Mầm Và Đậu Phụ Pad Thái

THÀNH PHẦN:
- 2 chén rau mầm trộn
- 8 ounce mì gạo, nấu chín
- 1 chén đậu phụ cứng, cắt hạt lựu
- 1 chén giá đỗ
- 1 củ cà rốt, thái hạt lựu
- 2 củ hành xanh, thái lát
- 1/4 chén đậu phộng, xắt nhỏ
- Sốt Pad Thái:
- 3 muỗng canh nước tương
- 2 muỗng canh bột me
- 1 muỗng canh si-rô phong
- 1 thìa cà phê Sriracha

HƯỚNG DẪN:
a) Trong chảo hoặc chảo lớn, xào các khối đậu phụ cho đến khi có màu vàng nâu.
b) Thêm bún đã nấu chín, giá trộn, giá đỗ, cà rốt thái sợi và hành lá vào.
c) Trong một bát nhỏ, trộn đều nước tương, bột me, xi-rô cây thích và sriracha để làm sốt Pad Thai.
d) Đổ nước sốt lên mì và rau, trộn đều.
e) Ăn nóng, trang trí với đậu phộng xắt nhỏ.

65.Cà ri rau mầm và đậu xanh

THÀNH PHẦN:
- 2 chén rau mầm trộn
- 1 lon đậu xanh, để ráo nước và rửa sạch
- 1 củ hành tây, thái nhỏ
- 2 quả cà chua, thái hạt lựu
- 1/2 cốc nước cốt dừa
- 2 thìa bột cà ri
- 1 muỗng canh dầu thực vật
- Muối và hạt tiêu cho vừa ăn
- Rau mùi tươi để trang trí

HƯỚNG DẪN:

a) Trong chảo, đun nóng dầu thực vật trên lửa vừa. Xào hành tây xắt nhỏ cho đến khi trong suốt.

b) Thêm cà chua thái hạt lựu, rau mầm và đậu xanh. Nấu trong vài phút.

c) Khuấy bột cà ri, nước cốt dừa, muối và hạt tiêu. Đun nhỏ lửa cho đến khi mầm mềm.

d) Trang trí với rau mùi tươi trước khi dùng.

e) Dùng với cơm hoặc với naan.

66.Hỗn hợp rau mầm và ớt chuông nhồi Feta

THÀNH PHẦN:
- 2 chén rau mầm trộn
- 4 quả ớt chuông, cắt đôi và bỏ hạt
- 1 cốc quinoa nấu chín
- 1/2 chén phô mai feta, vụn
- 1/4 chén ô liu Kalamata, xắt nhỏ
- 2 muỗng canh dầu ô liu
- 1 muỗng canh giấm balsamic
- Muối và hạt tiêu cho vừa ăn

HƯỚNG DẪN:
a) Làm nóng lò ở nhiệt độ 375°F (190°C).
b) Trong một bát, trộn hỗn hợp rau mầm, quinoa nấu chín, phô mai feta, ô liu Kalamata, dầu ô liu, giấm balsamic, muối và hạt tiêu.
c) Nhồi từng nửa quả ớt chuông vào hỗn hợp.
d) Nướng khoảng 20-25 phút hoặc cho đến khi ớt mềm.
e) Phục vụ ấm áp.

67.Bát Sushi trộn rau mầm và bơ

THÀNH PHẦN:
- 2 chén rau mầm trộn
- 1 chén cơm sushi đã nấu chín
- 1 quả bơ, thái lát
- 1 quả dưa chuột, thái hạt lựu
- 1/4 chén gừng ngâm
- Nước tương và wasabi để phục vụ
- Hạt mè để trang trí

HƯỚNG DẪN:
a) Xếp từng lớp cơm sushi đã nấu chín, rau mầm, lát bơ và dưa chuột thái sợi vào tô.
b) Rắc gừng ngâm lên trên và rắc hạt vừng.
c) Ăn kèm với nước tương và wasabi.
d) Thưởng thức bát sushi đã được giải mã!

MẦM MŨNG

68.Gỏi Măng Mẹ

THÀNH PHẦN:
- 1 cốc đậu lăng xanh đã nảy mầm
- 1 củ hành xanh, xắt nhỏ
- 1 quả cà chua, xắt nhỏ
- ½ quả ớt chuông đỏ hoặc vàng, xắt nhỏ
- 1 quả dưa chuột, gọt vỏ và cắt nhỏ
- 1 củ khoai tây, luộc, gọt vỏ và cắt nhỏ
- 1 củ gừng gọt vỏ, bào sợi hoặc băm nhỏ
- 1 quả ớt xanh Thái, serrano hoặc ớt cayenne, xắt nhỏ
- ¼ chén ngò tươi xắt nhỏ
- Nước cốt ½ quả chanh hoặc chanh
- ½ muỗng cà phê muối biển
- ½ thìa cà phê bột ớt đỏ hoặc ớt cayenne
- ½ muỗng cà phê dầu

HƯỚNG DẪN:
a) Kết hợp tất cả các thành phần và trộn đều.

69.Salad Gado Gado kiểu Trung Quốc

THÀNH PHẦN:
- Nước sốt đậu phộng
- 2 quả bí đỏ
- 2 quả trứng luộc chín
- ½ quả dưa chuột Anh
- ½ chén đậu tuyết
- ½ chén súp lơ
- ½ chén lá rau bina
- ½ cốc cà rốt, xắt nhỏ
- ½ chén giá đỗ xanh
- Đậu phụ (tùy chọn)

HƯỚNG DẪN:

a) Luộc bí còn nguyên vỏ và thái lát. Luộc trứng và cắt thành lát mỏng. Gọt vỏ dưa chuột và cắt thành lát mỏng. Xâu chuỗi đậu tuyết. Cắt nhỏ súp lơ.

b) Chần đậu Hà Lan, lá rau chân vịt, cà rốt và giá đỗ.

c) Xếp rau ra đĩa, xếp từ ngoài vào trong. Bạn có thể xếp rau theo bất kỳ thứ tự nào nhưng nên đặt những lát trứng luộc lên trên.

d) Đổ nước sốt đậu phộng lên món salad. Phục vụ ngay lập tức.

70.Gỏi Mầm Đậu Xanh

THÀNH PHẦN:

- 2 chén giá đỗ xanh
- 1 quả dưa chuột, thái lát mỏng
- 1 củ cà rốt, thái hạt lựu
- 1/2 quả ớt chuông đỏ, thái lát mỏng
- 1/4 chén ngò, xắt nhỏ
- 2 muỗng canh nước tương
- 1 muỗng canh dầu mè
- 1 muỗng canh giấm gạo
- 1 thìa cà phê đường
- Hạt mè để trang trí

HƯỚNG DẪN:

a) Trong một tô lớn, trộn giá đỗ xanh, dưa chuột, cà rốt, ớt chuông đỏ và ngò.

b) Trong một bát nhỏ, trộn đều nước tương, dầu mè, giấm gạo và đường.

c) Đổ nước sốt lên món salad và trộn nhẹ nhàng để nước sốt thấm đều.

d) Trang trí với hạt vừng trước khi dùng.

71.Giá đỗ xanh xào đậu phụ

THÀNH PHẦN:
- 2 chén giá đỗ xanh
- 1 chén đậu hũ siêu cứng, cắt hạt lựu
- 1 chén đậu Hà Lan, cắt bỏ phần đầu
- 1 củ cà rốt, thái hạt lựu
- 2 muỗng canh nước tương
- 1 muỗng canh dầu hào
- 1 muỗng canh dầu mè
- 2 tép tỏi, băm nhỏ
- 1 thìa cà phê gừng, nạo
- Hành xanh để trang trí

HƯỚNG DẪN:
a) Trong chảo hoặc chảo, đun nóng dầu mè trên lửa vừa cao.
b) Thêm tỏi băm và gừng bào sợi vào xào cho đến khi có mùi thơm.
c) Thêm khối đậu phụ và nấu cho đến khi vàng nâu.
d) Thêm đậu Hà Lan, cà rốt thái sợi và giá đỗ xanh. Xào cho đến khi rau mềm-giòn.
e) Đổ nước tương và dầu hào vào, trộn đều.
f) Trang trí với hành lá cắt nhỏ trước khi dùng.

72.Mầm đậu xanh và bún gà

THÀNH PHẦN:
- 2 chén giá đỗ xanh
- 1 chén ức gà nấu chín, thái nhỏ
- 2 chén nước luộc gà
- 1 chén bún đã nấu chín
- 1 củ cà rốt, thái lát
- 1/2 chén cải chíp, xắt nhỏ
- 1 muỗng canh nước tương
- 1 muỗng cà phê dầu mè
- Rau mùi tươi để trang trí

HƯỚNG DẪN:
a) Trong nồi, đun sôi nước luộc gà.
b) Thêm giá đỗ xanh, thịt gà xé nhỏ, cà rốt thái lát và cải chíp.
c) Nấu cho đến khi rau mềm.
d) Khuấy mì gạo đã nấu chín, nước tương và dầu mè.
e) Trang trí với rau mùi tươi trước khi dùng.

73.Mầm đậu xanh và chả tôm mùa hè

THÀNH PHẦN:
- Giấy gói bánh tráng
- 1 chén giá đỗ xanh
- 1/2 pound tôm nấu chín, bóc vỏ và bỏ chỉ
- 1 quả dưa chuột, thái hạt lựu
- Lá bạc hà tươi
- Bún gạo nấu chín
- Nước chấm đậu phộng Hoisin:
- 3 muỗng canh nước sốt hoisin
- 2 muỗng canh bơ đậu phộng
- 1 muỗng canh nước tương
- 1 muỗng canh nước cốt chanh

HƯỚNG DẪN:
a) Chuẩn bị giấy gói bánh tráng theo **hướng dẫn trên bao bì.**
b) Trải phẳng từng lớp giấy gói và cho giá đỗ xanh, tôm nấu chín, dưa chuột, lá bạc hà và bún vào.
c) Cuộn chặt lớp bọc lại, gấp các cạnh vào trong khi thực hiện.
d) Đối với nước chấm, trộn đều nước sốt hoisin, bơ đậu phộng, nước tương và nước cốt chanh.
e) Ăn nem mùa hè với nước chấm.

MẦM DAIKON

74.Salad hải sản với sốt mù tạt tươi

THÀNH PHẦN:

ĐỐI VỚI DỪA WASABI TƯƠI:

- 2 muỗng canh wasabi tươi bào sợi (có thể thay thế bằng 1 muỗng canh cải ngựa tươi và 2 muỗng cà phê bột wasabi)
- 1 muỗng canh nước tương loãng
- Nước ép của 1 quả chanh
- 1 thìa cà phê đường
- ⅓ cốc dầu hạt cải
- Muối, để nếm

CHO MÓN SALAD:

- ¼ pound Thịt cua ngâm
- 2 đuôi tôm hùm, cắt đôi
- 12 con tôm lớn, bóc vỏ và bỏ chỉ
- 4 cốc Mizuna (một loại rau diếp)
- 4 quả cà chua Roma chín, thái lát
- 1 gói cải Daikon

HƯỚNG DẪN:
ĐỐI VỚI DỪA WASABI TƯƠI:
a) Trong một cái bát, trộn wasabi tươi bào (hoặc hỗn hợp bột cải ngựa và bột wasabi) với nước tương, nước cốt chanh và đường.

b) Đánh đều dầu hạt cải cho đến khi dầu giấm hòa quyện. Nêm muối cho vừa ăn.

CHO MÓN SALAD:
c) Nấu đuôi tôm hùm và tôm cho đến khi chín đều và không còn trong mờ. Bạn có thể luộc hoặc nướng chúng tùy theo sở thích. Sau khi nấu chín, để chúng nguội.

d) Khi hải sản đã nguội, chặt đuôi tôm hùm thành từng miếng vừa ăn.

e) Trong một tô lớn, trộn đuôi tôm hùm cắt nhỏ, thịt cua chọn lọc và tôm bóc vỏ, bỏ chỉ.

f) Thêm mizuna (hoặc bất kỳ loại rau diếp xanh nào ưa thích) và cà chua Roma thái lát vào bát cùng với hải sản.

g) Đổ giấm wasabi tươi đã chuẩn bị lên trên món salad.

h) Nhẹ nhàng trộn tất cả các nguyên liệu lại với nhau, đảm bảo chúng được phủ đều dầu giấm. Nếm thử và điều chỉnh gia vị bằng muối nếu cần.

i) Để phục vụ, hãy chia salad hải sản trộn vào bốn đĩa.

j) Trang trí mỗi món salad với mầm daikon để tăng thêm hương vị và cách trình bày.

k) Thưởng thức Salad hải sản hỗn hợp sảng khoái với nước sốt Wasabi tươi!

75.Sushi cuộn củ cải daikon và cá hồi hun khói

THÀNH PHẦN:

- Tấm nori
- Cơm sushi
- Cải củ daikon
- Lát cá hồi hun khói
- Bơ, thái lát
- Nước tương để chấm

HƯỚNG DẪN:

a) Trải một tấm nori lên tấm lót sushi bằng tre.
b) Trải một lớp cơm sushi lên nori.
c) Xếp củ cải daikon, cá hồi hun khói và bơ dọc theo một cạnh.
d) Cuộn sushi thật chặt và cắt thành từng miếng vừa ăn.
e) Ăn kèm với nước tương.

76.Mầm Daikon và Xà lách cuốn gà

THÀNH PHẦN:
- Lá rau diếp tảng băng trôi
- Thịt gà luộc và xé nhỏ
- Cải củ daikon
- Cà rốt thái sợi
- Tương đen
- Xì dầu
- dầu mè
- Đậu phộng cắt nhỏ để trang trí

HƯỚNG DẪN:
a) Trộn thịt gà xé nhỏ, củ cải daikon và cà rốt cắt nhỏ vào tô.
b) Trong một bát riêng, trộn đều nước sốt hoisin, nước tương và dầu mè.
c) Múc hỗn hợp gà vào lá rau diếp.
d) Rưới nước sốt lên bánh và trang trí với đậu phộng cắt nhỏ.

77.Mầm Daikon và Bát Quinoa

THÀNH PHẦN:

- Quinoa nấu chín
- Cải củ daikon
- Cà chua bi, giảm một nửa
- dưa chuột, thái hạt lựu
- Phô mai Feta, vỡ vụn
- Dầu ô liu
- Giấm balsamic
- Muối và hạt tiêu cho vừa ăn

HƯỚNG DẪN:

a) Trong một cái bát, trộn quinoa, củ cải daikon, cà chua bi, dưa chuột và phô mai feta.

b) Rắc dầu ô liu và giấm balsamic.

c) Nêm với muối và hạt tiêu.

d) Quăng nhẹ nhàng và phục vụ.

78.Salad củ cải Daikon và bơ bơ

THÀNH PHẦN:
- Cải củ daikon
- Bơ, thái lát
- Củ cải, thái lát mỏng
- Hành đỏ, thái lát mỏng
- Sốt chanh:
- 2 muỗng canh dầu ô liu
- 1 thìa nước cốt chanh
- 1 thìa cà phê mật ong
- Muối và hạt tiêu cho vừa ăn

HƯỚNG DẪN:
a) Xếp củ cải daikon, lát bơ, củ cải và hành đỏ lên đĩa phục vụ.
b) Trong một bát nhỏ, trộn đều dầu ô liu, nước cốt chanh, mật ong, muối và hạt tiêu.
c) Rưới dầu giấm lên món salad trước khi dùng.

79.Mầm Daikon và Tôm Xào

THÀNH PHẦN:
- Tôm bóc vỏ và bỏ chỉ
- Cải củ daikon
- Hoa bông cải xanh
- Ớt chuông, thái lát
- Tỏi, băm nhỏ
- Gừng bào nhuyễn
- Xì dầu
- dầu mè
- Mảnh ớt đỏ (tùy chọn)

HƯỚNG DẪN:
a) Trong chảo hoặc chảo, đun nóng dầu mè trên lửa vừa cao.
b) Thêm tỏi băm và gừng bào sợi vào xào cho đến khi có mùi thơm.
c) Thêm tôm, củ cải trắng, bông cải xanh và ớt chuông. Nấu cho đến khi tôm có màu hồng và rau củ mềm, giòn.
d) Rắc nước tương và phủ lên trên.
e) Nếu muốn, rắc chút ớt đỏ trước khi dùng.

MẦU KÊ

80.Mầm kê và rau xào

THÀNH PHẦN:
- 2 chén kê mầm
- Rau hỗn hợp (ớt chuông, bông cải xanh, cà rốt), thái lát mỏng
- Đậu hũ hoặc thịt gà cắt khối
- Xì dầu
- dầu mè
- Tỏi, băm nhỏ
- Gừng bào nhuyễn
- Hành xanh, xắt nhỏ
- Kê hoặc cơm nấu chín để phục vụ

HƯỚNG DẪN:
a) Trong chảo hoặc chảo, đun nóng dầu mè trên lửa vừa cao.
b) Thêm tỏi băm và gừng bào sợi vào xào cho đến khi có mùi thơm.
c) Thêm đậu phụ hoặc thịt gà, nấu cho đến khi chín vàng.
d) Thêm rau trộn và giá kê vào, xào cho đến khi rau mềm-giòn.
e) Rắc nước tương và phủ lên trên.
f) Trang trí với hành lá xắt nhỏ và dùng kèm với kê hoặc cơm đã nấu chín.

81.Salad mầm kê và bơ bơ

THÀNH PHẦN:
- 2 chén kê mầm
- Salad rau trộn
- Bơ, thái lát
- Cà chua bi, giảm một nửa
- Hành đỏ, thái lát mỏng
- Phô mai Feta, vỡ vụn
- dấm balsamic

HƯỚNG DẪN:
a) Trong một tô lớn, kết hợp mầm kê, rau xà lách, quả bơ, cà chua bi, hành tím và phô mai feta.
b) Rưới dầu giấm balsamic.
c) Quăng nhẹ nhàng để kết hợp.
d) Dùng ngay như một món salad tươi mát.

82.Mầm kê và Bát phật đậu xanh

THÀNH PHẦN:
- 2 chén kê mầm
- Đậu xanh nấu chín
- Khoai lang nướng, cắt khối
- Quinoa, nấu chín
- dưa chuột, thái hạt lựu

TRANG PHỤC TAHINI:
- 2 muỗng canh tahini
- 1 thìa nước cốt chanh
- 1 muỗng canh dầu ô liu
- Muối và hạt tiêu cho vừa ăn

HƯỚNG DẪN:
a) Xếp bát với mầm kê, đậu xanh nấu chín, khoai lang nướng, quinoa và dưa chuột thái hạt lựu.
b) Trong một bát nhỏ, trộn đều tahini, nước cốt chanh, dầu ô liu, muối và hạt tiêu.
c) Rưới nước sốt lên trên bát.
d) Lắc nhẹ trước khi thưởng thức.

83.Mầm kê và cà ri dừa

THÀNH PHẦN:
- 2 chén kê mầm
- 1 lon đậu xanh, để ráo nước
- Rau hỗn hợp (bí xanh, ớt chuông, cà rốt), thái hạt lựu
- 1 lon nước cốt dừa
- cà ri dán đỏ
- Tỏi, băm nhỏ
- Gừng bào nhuyễn
- Xì dầu
- Gạo lứt nấu chín để phục vụ

HƯỚNG DẪN:
a) Trong một cái nồi lớn, xào tỏi băm và gừng băm.
b) Thêm rau hỗn hợp, đậu xanh và giá kê. Nấu cho đến khi rau mềm.
c) Khuấy bột cà ri đỏ cho vừa ăn.
d) Đổ nước cốt dừa và nước tương vào. Đun nhỏ lửa cho đến khi nóng qua.
e) Dùng kèm với cơm gạo lứt đã nấu chín.

84.mầm kê xa lát

THÀNH PHẦN:
- ⅓ Chén kê giá
- ½ chén đậu phộng luộc/đậu gà đóng hộp
- 1 quả ớt xanh
- 1 thìa cà phê gừng xay
- 1 muỗng canh hành tây xắt nhỏ
- 1,5 thìa cà chua cắt nhỏ
- 3 thìa ớt chuông thái nhỏ
- ½ cốc cà rốt cắt nhỏ
- Nước chanh
- 1 muỗng canh rau mùi cắt nhỏ
- ¼ thìa cà phê muối đen
- ½ thìa cà phê muối nêm

HƯỚNG DẪN:
a) Trong tô trộn thêm đậu phộng luộc và nguội.
b) Thêm phần còn lại của rau đã chuẩn bị.
c) Thêm muối, lá rau mùi và vắt nước cốt chanh tươi lên trên.
d) Cuối cùng thêm mầm kê vào trộn đều và dùng ngay.

MẦM ĐẬU LĂNG

85.Salad đậu lăng và salad Quinoa

THÀNH PHẦN:
- 2 chén giá đỗ
- 1 cốc quinoa nấu chín
- Cà chua bi, giảm một nửa
- dưa chuột, thái hạt lựu
- Hành đỏ, thái nhỏ
- Phô mai Feta, vỡ vụn
- Sốt chanh:
- 3 muỗng canh dầu ô liu
- Nước ép của 1 quả chanh
- 1 thìa cà phê mù tạt Dijon
- Muối và hạt tiêu cho vừa ăn

HƯỚNG DẪN:
a) Trong một tô lớn, trộn giá đỗ đậu lăng, quinoa nấu chín, cà chua bi, dưa chuột, hành tím và phô mai feta.
b) Trong một bát nhỏ, trộn đều dầu ô liu, nước cốt chanh, mù tạt Dijon, muối và hạt tiêu.
c) Rưới dầu giấm lên món salad và trộn nhẹ nhàng để kết hợp.
d) Dùng lạnh.

86.Mầm đậu lăng và cà ri đậu xanh

THÀNH PHẦN:
- 2 chén giá đỗ
- 1 lon đậu xanh, để ráo nước và rửa sạch
- 1 củ hành tây, thái nhỏ
- 2 quả cà chua, thái hạt lựu
- Sữa dừa
- bột cà ri
- Tỏi, băm nhỏ
- Gừng bào nhuyễn
- Lá rau mùi để trang trí
- Cơm nấu sẵn để phục vụ

HƯỚNG DẪN:

a) Trong chảo, xào tỏi băm, gừng bào sợi và hành tây cắt nhỏ cho đến khi trong suốt.

b) Thêm cà chua thái hạt lựu, giá đỗ và đậu xanh. Nấu trong vài phút.

c) Khuấy bột cà ri cho vừa ăn.

d) Đổ nước cốt dừa vào đun nhỏ lửa cho đến khi sôi.

e) Dùng với cơm đã nấu chín, trang trí bằng lá ngò.

87.Salad đậu lăng nảy mầm

THÀNH PHẦN:
Salad Mầm
- 2 chén đậu lăng nảy mầm
- 2 chén lá arugula tươi
- ½ cốc cà rốt thái sợi
- 4 củ hành tươi thái lát, cả phần trắng và xanh

RỬA XÀ LÁCH
- ¼ chén dầu ô liu nguyên chất
- 1 muỗng canh giấm rượu vang đỏ hoặc bất kỳ loại giấm nào bạn chọn
- 2 thìa cà phê mù tạt nâu hoặc mù tạt Dijon
- ½ muỗng cà phê muối
- ½ thìa cà phê bột tỏi
- ½ thìa cà phê ớt bột xông khói
- ½ muỗng cà phê si-rô phong
- ¼ thìa cà phê tiêu đen xay

HƯỚNG DẪN:
XA LÁT
a) Trong một bát trộn lớn hoặc bát salad, thêm đậu lăng đã nảy mầm, rau arugula, cà rốt và hành lá. Trộn để kết hợp.

CÁCH ĂN MẶC
b) Trong một bát nhỏ, trộn dầu, giấm, mù tạt, muối, bột tỏi, ớt bột, xi-rô phong và hạt tiêu. Đánh đều cho đến khi mịn.
c) Đặt nó lại với nhau
d) Rưới nước sốt lên món salad, sau đó phủ đều lên. Thưởng thức!

88.Mầm đậu lăng và bánh mì nướng bơ

THÀNH PHẦN:
- Những lát bánh mì nguyên hạt
- Mầm đậu lăng
- Bơ, nghiền
- Cà chua bi, thái lát
- Mảnh ớt đỏ (tùy chọn)
- nêm chanh
- Muối và hạt tiêu cho vừa ăn

HƯỚNG DẪN:
a) Nướng các lát bánh mì nguyên hạt.
b) Trải bơ nghiền lên từng lát.
c) Rắc thêm mầm đậu lăng, cà chua bi thái lát và ớt đỏ nếu muốn.
d) Nêm muối và hạt tiêu cho vừa ăn.
e) Ăn kèm với một vắt chanh.

89.Trứng tráng mầm đậu lăng và rau bina

THÀNH PHẦN:
- Trứng
- Mầm đậu lăng
- Lá rau bina tươi
- Phô mai Feta, vỡ vụn
- Cà chua bi, giảm một nửa
- Dầu ô liu
- Muối và hạt tiêu cho vừa ăn

HƯỚNG DẪN:
a) Đánh trứng vào tô và nêm muối và hạt tiêu.
b) Đun nóng dầu ô liu trong chảo trên lửa vừa.
c) Đổ trứng đã đánh vào chảo.
d) Khi các cạnh đã se lại, rắc mầm đậu lăng, lá rau bina tươi, phô mai feta vụn và cà chua bi cắt đôi lên một nửa món trứng tráng.
e) Gấp nửa còn lại lên trên lớp trên và nấu cho đến khi trứng chín hoàn toàn.
f) Trượt món trứng tráng lên đĩa và thưởng thức.

MẦM ĐẬU ĐẬU XANH

90.Salad mầm đậu xanh

THÀNH PHẦN:
- 2 chén mầm đậu xanh
- 1 quả dưa chuột, thái hạt lựu
- 1 cốc cà chua bi, giảm một nửa
- 1/2 củ hành đỏ, thái nhỏ
- 1/4 chén phô mai feta, vụn
- 2 muỗng canh dầu ô liu
- 1 muỗng canh giấm balsamic
- Muối và hạt tiêu cho vừa ăn

HƯỚNG DẪN:
a) Trong một tô lớn, trộn giá đỗ xanh, dưa chuột thái hạt lựu, cà chua bi, hành tím và phô mai feta.
b) Trong một bát nhỏ, trộn đều dầu ô liu, giấm balsamic, muối và hạt tiêu.
c) Đổ nước sốt lên trên món salad và trộn nhẹ nhàng để trộn đều.
d) Dùng lạnh.

91.Hummus đậu xanh nảy mầm

THÀNH PHẦN:

- 2 tép tỏi
- 1/3 cốc tahini
- 1/2 muỗng cà phê muối
- 2 muỗng cà phê thì là
- 1/4 muỗng cà phê ớt bột hun khói (tùy chọn)
- vỏ của 1 quả chanh
- 4 muỗng canh nước cốt chanh mới vắt
- 4 muỗng canh dầu ô liu
- 4 cốc (500 g) đậu xanh nảy mầm

HƯỚNG DẪN:

a) Cho tỏi vào máy xay thực phẩm cho đến khi băm nhuyễn. Thêm tất cả các thành phần khác, ngoại trừ đậu xanh đã nảy mầm và trộn cho đến khi thu được hỗn hợp sệt.

b) Thêm đậu xanh và trộn ở tốc độ cao cho đến khi mịn nhất có thể.

c) Nêm nếm vừa ăn và thêm muối/gia vị nếu muốn.

d) Dùng ngay và bảo quản thức ăn thừa trong hộp kín tối đa năm ngày.

92.Mầm đậu xanh và gà xào

THÀNH PHẦN:
- 2 chén mầm đậu xanh
- 1 chén ức gà nấu chín, thái lát
- 1 quả ớt chuông, thái hạt lựu
- 1 chén bông cải xanh
- 2 muỗng canh nước tương
- 1 muỗng canh tương đen
- 1 muỗng canh dầu mè
- 2 tép tỏi, băm nhỏ
- 1 thìa cà phê gừng, nạo

HƯỚNG DẪN:
a) Trong chảo hoặc chảo, đun nóng dầu mè trên lửa vừa cao.
b) Thêm tỏi băm và gừng bào sợi vào xào cho đến khi có mùi thơm.
c) Thêm thịt gà thái lát, ớt chuông và bông cải xanh. Nấu cho đến khi thịt gà chín và rau củ mềm, giòn.
d) Thêm giá đậu xanh, nước tương và nước sốt hoisin. Trộn đều và nấu nhanh cho đến khi mầm vừa héo.
e) Ăn nóng.

93.Đậu xanh nảy mầm xào

THÀNH PHẦN:

- 1 chén đậu đen
- 2 củ hành tây cỡ vừa thái nhỏ
- 5 củ tỏi băm
- 1 miếng ớt xanh
- 2 thìa dừa nạo
- 1 muỗng canh bột me
- 1 thìa cà phê bột ớt đỏ
- ½ muỗng cà phê bột nghệ
- 1 muỗng canh lá rau mùi xắt nhỏ để trang trí
- Để nếm muối
- 2 muỗng canh dầu

HƯỚNG DẪN:

a) Làm nảy mầm đậu xanh bằng cách ngâm chúng trong 6 cốc nước vào ban đêm (ngày 1).

b) Ngày hôm sau (ngày thứ 2) chắt nước và rải đậu đen lên lưới lọc.

c) Rửa sạch đậu đen trên lưới lọc và đậy bằng đĩa vào đêm ngày thứ 2.

d) Vào ngày thứ 3, những mầm đẹp sẽ bắt đầu xuất hiện. Chúng có thể nảy mầm ngay cả vào ngày thứ 2 đêm.

e) Áp suất nấu đậu xanh đã nảy mầm bằng cách thêm nước. Mực nước phải cao hơn đậu xanh ít nhất 1 inch. Chỉ cần 2 tiếng huýt sáo là đủ vì chúng sẽ rất nhẹ. Chuyển đổi khí và để sang một bên.

f) Đun nóng kadai và thêm 2 muỗng canh dầu. Khi dầu nóng thì cho hành tây xắt nhỏ vào xào. Khi hành tây chuyển sang màu hồng, thêm tỏi băm hoặc băm nhỏ vào đảo đều trong 2 phút cho đến khi hết mùi tỏi sống. Thêm ớt xanh và khuấy đều.

g) Thêm đậu xanh luộc và khuấy.

h) Bây giờ thêm cùi me, bột ớt, bột nghệ, dừa nạo và muối vào trộn đều.

i) Trang trí với lá rau mùi xắt nhỏ.

MẦM QUINOA

94.Mầm Quinoa và rau xào

THÀNH PHẦN:

- 2 cốc mầm quinoa
- Rau hỗn hợp (ớt chuông, bông cải xanh, cà rốt), thái lát mỏng
- Đậu hũ hoặc thịt gà cắt khối
- Xì dầu
- dầu mè
- Tỏi, băm nhỏ
- Gừng bào nhuyễn
- Hành xanh, xắt nhỏ
- Quinoa nấu chín để phục vụ

HƯỚNG DẪN:

a) Trong chảo hoặc chảo, đun nóng dầu mè trên lửa vừa cao.

b) Thêm tỏi băm và gừng bào sợi vào xào cho đến khi có mùi thơm.

c) Thêm đậu phụ hoặc thịt gà, nấu cho đến khi chín vàng.

d) Thêm rau hỗn hợp và mầm quinoa vào, xào cho đến khi rau mềm-giòn.

e) Rắc nước tương và phủ lên trên.

f) Trang trí với hành lá xắt nhỏ và dùng kèm với quinoa nấu chín.

95.Salad mầm Quinoa và đậu đen

THÀNH PHẦN:
- 2 cốc mầm quinoa
- 1 lon đậu đen, để ráo nước và rửa sạch
- Hạt ngô (tươi hoặc đông lạnh)
- Ớt chuông đỏ, thái hạt lựu
- Hành đỏ, thái nhỏ
- Rau mùi, xắt nhỏ

Dấm VÔI:
- 3 muỗng canh dầu ô liu
- Nước ép của 2 quả chanh
- 1 thìa cà phê thì là
- Muối và hạt tiêu cho vừa ăn

HƯỚNG DẪN:
a) Trong một tô lớn, kết hợp mầm quinoa, đậu đen, ngô, ớt chuông đỏ thái hạt lựu, hành đỏ và ngò.
b) Trong một bát nhỏ, trộn đều dầu ô liu, nước cốt chanh, thì là, muối và hạt tiêu.
c) Đổ dầu giấm lên món salad và trộn nhẹ nhàng để kết hợp.
d) Dùng lạnh.

96.Mầm Quinoa và Nước xốt cuộn xoài

THÀNH PHẦN:
- Bánh tortilla nguyên hạt
- 2 cốc mầm quinoa
- Xoài, thái hạt lựu
- Hành đỏ, thái nhỏ
- Jalapeño, băm nhỏ
- Rau mùi, xắt nhỏ
- Bơ, thái lát
- Nước ép chanh
- Muối và hạt tiêu cho vừa ăn

HƯỚNG DẪN:

a) Trong một cái bát, kết hợp mầm quinoa, xoài thái hạt lựu, hành tây đỏ, ớt jalapeño và ngò.

b) Vắt nước cốt chanh lên hỗn hợp và nêm muối và hạt tiêu.

c) Rải mầm quinoa và nước xốt xoài lên bánh ngô nguyên hạt.

d) Phủ bơ cắt lát lên trên.

e) Cuộn bánh tortilla thành màng bọc thực phẩm và cắt đôi để phục vụ.

97.Bát diêm mạch và bát phật gà

THÀNH PHẦN:
- 2 cốc mầm quinoa
- Ức gà nấu chín, thái lát
- Khoai lang nướng, cắt khối
- Bơ, thái lát
- Dưa chuột thái hạt lựu
- Sốt Tahini:
- 2 muỗng canh tahini
- 1 thìa nước cốt chanh
- 1 muỗng canh dầu ô liu
- Muối và hạt tiêu cho vừa ăn

HƯỚNG DẪN:
a) Lắp bát với mầm quinoa, thịt gà thái lát, khoai lang nướng, bơ thái lát và dưa chuột thái hạt lựu.
b) Trong một bát nhỏ, trộn đều tahini, nước cốt chanh, dầu ô liu, muối và hạt tiêu.
c) Rưới nước sốt lên trên bát.
d) Lắc nhẹ trước khi thưởng thức.

MẦM CÂY CÀ RI

98.Mầm cà ri và Salad Moong Dal

THÀNH PHẦN:

- 2 chén rau mầm
- 1 chén moong dal nấu chín (đậu lăng vàng tách đôi)
- Cà chua bi, giảm một nửa
- Hành đỏ, thái nhỏ
- Lá rau mùi tươi, xắt nhỏ
- Nước chanh
- Chaat masala
- Muối và hạt tiêu cho vừa ăn

HƯỚNG DẪN:

a) Trong một cái bát, kết hợp mầm cỏ cà ri, moong dal nấu chín, cà chua bi, hành tím và rau mùi tươi.

b) Vắt nước chanh lên món salad.

c) Rắc chaat masala, muối và hạt tiêu cho vừa ăn.

d) Quăng nhẹ nhàng và phục vụ như một món salad sảng khoái.

99.Mầm cà ri và rau bina Paratha

THÀNH PHẦN:

- 2 chén rau mầm
- 1 chén rau bina tươi, thái nhỏ
- Bột mì
- Nước
- Muối để nếm
- Ghee hoặc dầu để nấu ăn

HƯỚNG DẪN:

a) Trong một bát trộn, kết hợp mầm cỏ cà ri, rau bina cắt nhỏ, bột mì nguyên hạt và một chút muối.

b) Dần dần thêm nước và nhào hỗn hợp thành bột mềm.

c) Chia bột thành từng phần nhỏ và vo từng phần thành một quả bóng.

d) Cán từng quả bóng thành một paratha tròn, dẹt.

e) Nấu parathas trên vỉ nướng nóng với bơ sữa trâu hoặc dầu cho đến khi cả hai mặt đều có màu nâu vàng.

f) Ăn nóng rau mầm cỏ cà ri và rau bina parathas.

100.Mầm cà ri và tương ớt cà chua

THÀNH PHẦN:
- 2 chén rau mầm
- 4 quả cà chua, xắt nhỏ
- 1 củ hành tây, xắt nhỏ
- 2 quả ớt xanh, xắt nhỏ
- Tỏi tép, băm nhỏ
- Hạt mù tạt
- Hạt thì là
- lá cà ri
- Muối để nếm
- Dầu nấu ăn

HƯỚNG DẪN:

a) Trong chảo, đun nóng dầu rồi cho hạt mù tạt, hạt thì là và lá cà ri vào. Cho phép họ nói lắp bắp.

b) Thêm hành tây xắt nhỏ, ớt xanh và tỏi băm. Xào cho đến khi hành tây trong suốt.

c) Thêm cà chua xắt nhỏ và nấu cho đến khi chúng mềm.

d) Khuấy mầm cỏ cà ri và nấu trong vài phút.

e) Nêm muối và tiếp tục nấu cho đến khi hỗn hợp đặc lại.

f) Dùng mầm cỏ cà ri và tương ớt cà chua với cơm hoặc như một món ăn phụ.

PHẦN KẾT LUẬN

Khi bạn đóng những trang cuối cùng của "Sách dạy nấu ăn rau mầm tối thượng", chúng tôi hy vọng bạn đã trải nghiệm được sức mạnh biến đổi của rau mầm trong kho tàng ẩm thực của mình. Từ các món salad tươi mát đến các món chính thịnh soạn và các món ăn quốc tế hấp dẫn, những công thức nấu ăn này đã cho thấy vô số khả năng đáng kinh ngạc mà rau mầm mang lại cho bàn ăn.

Việc kết hợp rau mầm vào bữa ăn của bạn không chỉ là một lựa chọn ẩm thực; đó là cam kết về một lối sống lành mạnh hơn, sôi động hơn. 100 công thức nấu ăn trong cuốn sách nấu ăn này không chỉ là một tập hợp các hướng dẫn; chúng là lời mời đón nhận sự tốt lành của rau mầm và truyền vào bữa ăn hàng ngày của bạn sự tươi mát và sức sống bùng nổ.

Cảm ơn bạn đã tham gia cùng chúng tôi trên hành trình đầy hương vị này. Chúc nhà bếp của bạn tràn ngập hương thơm hấp dẫn và sự tốt lành bổ dưỡng mà "Cuốn sách dạy nấu ăn ngon nhất" đã mang đến cho đĩa của bạn. Đây là cuộc phiêu lưu ngon miệng, bổ dưỡng và đầy rau mầm ngay giữa căn bếp của bạn!

Milton Keynes UK
Ingram Content Group UK Ltd.
UKHW050444280324
440101UK00016B/1226